CUỐI TRỜI KỶ NIỆM

CUỐI TRỜI KỶ NIỆM - Ngô Sỹ Hân

Bìa: Uyên Nguyên Trần Triết
Tranh: Túy Hà
Dàn trang: Đỗ Huỳnh Đăng Ngọc
Nhà xuất bản Nhân Ảnh 2025

ISBN: 979-8-3496-4722-2

TẬP TRUYỆN

NGÔ SỸ HÂN

cuối trời kỷ niệm

Nhân Ảnh

2025

THAY LỜI TỰA

Có những trang văn khiến người đọc không cần đọc lớn tiếng vẫn nghe ra nhịp thở của đời sống. Văn của Ngô Sỹ Hân là như thế — nhỏ nhẹ, dung dị, đôi khi như lời kể của một người hàng xóm bên hiên nhà, mà càng đọc lại càng thấy một nỗi thăm thẳm khó tả. Ở đó có ký ức, có tình người, có những vết thương đã liền sẹo nhưng vẫn nhức nhối khi chạm vào.

Tập truyện ngắn *Cuối Trời Kỷ Niệm* mở ra bằng *Đưa vợ đi thăm người yêu* – một truyện mang vẻ tếu táo ở nhan đề nhưng ẩn chứa trong đó là nỗi bi hài và bao dung của con người trước cơn gió lão niên. Những cuộc đời từng dằng dặc bão giông, chiến tranh, mất mát nay chỉ còn lại hai mái đầu bạc, một tách cà phê, và một cuộc "đi thăm" không còn ai để ghen tuông nữa. Câu chuyện tưởng chừng đơn giản mà là tấm gương phản chiếu cả một thế hệ – thế hệ đi qua chiến tranh, mang trong mình nỗi nhớ và lòng thứ tha.

Đến *Cho trọn cuộc tình,* tác giả như đưa người đọc ngược dòng về những ngày thanh xuân của một miền quê Nam Bộ, nơi tình yêu vừa hồn nhiên vừa kiêu hãnh, vừa tha thiết mà cũng lắm nỗi bi thương. Tình yêu trong truyện không chỉ là tình giữa người với người mà còn là tình với quê hương, với một thời đã mất. Giữa khói lửa của chiến tranh, giữa những phận người trôi dạt, tác giả vẫn để lại một niềm tin mong manh vào nhân nghĩa và chữ "duyên" – thứ mà dẫu đời có đẩy đưa, con người vẫn cố giữ để không quên mình từng là ai.

Những truyện tiếp theo tiếp tục mở ra nhiều lát cắt của đời sống, khi nhẹ nhàng, khi thấm thía, khi như một nụ cười đượm buồn của người từng trải. Ở mỗi trang viết, người ta đều bắt gặp cái nhìn khoan hòa, cái giọng kể tự nhiên, giản dị mà sâu sắc – nơi tác giả không phán xét ai, chỉ lặng lẽ ghi lại những điều ông đã thấy, đã sống và đã đau.

Mỗi truyện đều đậm đặc chất đời và tình người. Ngôn ngữ Nam Bộ mộc mạc mà duyên dáng, vừa khiến người đọc bật cười, vừa chạm đến chỗ mềm yếu nhất trong tim. Tác giả không tô vẽ, chỉ kể lại bằng cái nhìn của người từng trải – chân thật, nhân hậu và đầy bao dung.

Tác giả không dựng nên những nhân vật anh hùng hay bi kịch. Ông chỉ cho họ bước đi trên con đường của phận người, với những niềm tin, nỗi sợ, và khát vọng nhỏ bé. Họ có thể ngã, có thể quên, nhưng trong ánh nhìn của ông, họ vẫn đáng thương, đáng quý và đáng được nhớ. Và có lẽ, chính điều ấy làm nên sức nặng của văn chương Ngô Sỹ Hân – thứ văn chương không gào thét mà khiến người ta chậm lại, nghĩ ngợi, và đôi khi bật khóc không vì một sự kiện nào, mà vì nhận ra bóng dáng chính mình trong đó.

Ngô Sỹ Hân không cố tìm điều mới mẻ. Ông viết như một cách giữ lời hứa với ký ức – viết để không quên, để tạ ơn những con người đã đi qua, để ghi lại điều tưởng nhỏ bé mà hóa ra lớn lao: lòng nhân hậu. Mỗi truyện ngắn là một mảnh ghép của ký ức, nhưng khi ghép lại, ta thấy hiện lên cả một dòng sông đời – nơi nước vẫn chảy, gió vẫn thổi, và con người vẫn lặng lẽ đi tìm nhau giữa vô thường.

Đọc xong tập truyện, ta như vừa đi qua một buổi chiều dài đầy gió, lòng trĩu nặng mà cũng nhẹ tênh. Mỗi nhân vật, mỗi câu chuyện đều mang theo một phần ký ức tập thể của cả miền đất phương Nam: tiếng cười giòn, nỗi buồn mênh mang, sự nhẫn nại hiền lành của người dân quê, và niềm tự trọng âm thầm của những kẻ từng đứng ở lằn ranh giữa được và mất. Ở nơi đó, ta nhận ra rằng không có ai hoàn toàn thắng hay thua, chỉ có những con người cố giữ chút nhân tình để sống sót giữa thời thế đổi thay.

Và khi gấp sách lại, ta vẫn còn thấy văng vẳng đâu đó một giọng kể ấm áp, như tiếng thở dài lẫn nụ cười của người từng đi qua gần hết cuộc đời: lặng lẽ, sâu thẳm, nhưng đầy nhân hậu.

Lê Hân

ĐƯA VỢ
ĐI THĂM NGƯỜI YÊU

truyện ngắn

Lâu lắm rồi từ khi tụi nhỏ có đôi có cặp ra riêng quên hết lời hứa "ở với ba má hoài," như thường lệ hai vợ chồng già đang ngồi tại quầy, bà bên ngoài cạnh bàn ăn đặng ra vô dễ vì hai chơn bà đi không vững, còn ông phía trong vì ông đã lên bếp chánh nhưng dưới sự giám sát của bà. Bà nhìn ra ngoài trời nắng dịu chỗ cái lồng cho chim ăn, chợt la lên khiến ông hốt hoảng tưởng con quạ hôm nọ lại tới bắt đàn chim của mình. Tức thì ông ngó ra ngoài cũng vừa lúc con chim màu đỏ lợt vụt bay lên cùng với đám chim sẻ.

Bà mơ màng nói:

"Lâu lắm mới thấy con chim lạ."

"Dà! Làm anh hết hồn."

"Con nầy bằng con chim sẻ."

"Còn có hai con màu trắng và màu xanh lá cây nữa," ông thêm.

"Hai con kia nhỏ xíu hà, bằng ngón tay cái của em," bà cười, đưa ngón tay cái lên ra dấu.

"Anh còn hình hồi đó anh chụp được."

"Em sợ con quạ tới ăn chim sẻ của mình. Nhớ hồi đó nó bắt được một con đem lên hàng rào kẹp vô cái chưn đầy móng nhọn mổ ăn tươi nuốt sống thấy hãi hùng quá, em đuổi mấy lần nó mới chịu bay đi," bà nhớ lại chuyện hôm trước rồi quay sang bàn thờ nhìn bức hình anh thanh niên còn trẻ - chắc chưa tới năm mươi tuổi. "Thằng Quân đi đâu hổng nói với em một tiếng?" Ý bà nhắc thằng con trai đã qua đời mấy năm trước để lại đứa con gái nhỏ ở với hai vợ chồng bà.

"Nó có nói với anh. Trước khi đi làm nó có chào anh mà."

"Nó đi làm rồi chết luôn ngoài tiệm."

Chợt bà hỏi có vẻ lo lắng:

"Con chim đó đâu rồi?"

"Nó hết hồn bay mất rồi."

"Con chim màu gì?"

"Không phải màu đỏ. Chắc đỏ lợt hay vàng đậm."

"Em thích màu xanh dương áo dài hồi đi học."

"Anh yêu em trong màu áo đó," ông nói xuôi theo. Hình ảnh cô học trò áo dài xanh quần trắng chào cờ mỗi sáng thứ Hai hiện ra trước mắt như mới hôm nào, nhưng thực sự đã hơn nửa thế kỷ rồi.

Ông lại nhắc bà, "Em uống cà-phê đi."

"Dà! Em uống rồi," bà cười.

"Mới uống có chút xíu mà."

"Để em uống từ từ."

"Em muốn ăn gì?"

"Không muốn ăn. Chắc thèm đất." Bà lại cười.

"Thì em đi trước đặng anh lo hậu sự cho em."

"Em muốn đi liền, ngủ rồi đi luôn chớ hổng muốn nằm lâu."

"Em đi trước anh mới lo cho em được. Hay là em muốn hai đứa mình đi một lượt?"

"Anh còn khỏe thấy mồ," bà cười nhìn ông. "Sao sáng nay anh hổng pha cà-phê cho em?"

"Em đang uống đó," ông vịn ly cà-phê và đẩy nhè nhẹ về phía bà. "Anh pha cà-phê đặc biệt cho em, em uống thấy phê hôn?"

"Cà-phê đặc biệt là cà-phê nào?"

"Cà-phê Du Monde nước nhì," ông chỉ cái hộp cà-phê. "Anh uống nước nhứt, em uống hổng nổi đâu."

"Dà! Em quên rồi." Bà cười theo.

Ông tìm cuốn sổ tay và cây viết lại thấy trong giỏ rác. Ngoài ra, lại có cả mấy cái thơ để lát nữa đem đi gởi. Ông hỏi thì bà vừa cười trả lời:

"Đồ hổng xài để chi chật nhà."

Rồi thình lình bà lại thắc mắc, "Thằng Quân đi đâu giờ nầy chưa về?"

"Nó hổng về nữa đâu." Ông đứng dậy bước qua hun lên trán bà và ôm bà một cái. Bà để yên.

"Em đẻ nó ở Cần Giuộc mà," bà mơ mơ màng màng. "Dà, đất Cần… Cần Giuộc… hồi con gái nhiều người theo em lắm mà em chưa chịu ai."

"Ai đâu mà nhiều?" Ông cười cười. "Đâu em kể nghe coi."

Bà suy nghĩ một hồi, bấm đốt ngón tay, "Thằng Nghiêm nè, thằng Do nè, thằng Lợi nè…" bà le lưỡi. "Nhiều quá đếm hổng hết."

"Em hoa khôi mà, ai gặp hổng mê!" Ông nói nịnh bà. Mà thiệt vậy. Hồi đó ai cũng khen bà là hoa khôi Cần Giuộc mặc dầu sách Guiness không có ghi. Ngay cả bây giờ ở tuổi gần tám mươi bà còn rất đẹp lão, gò má thẳng băng dù bà đâu có căng da mặt và khóe mắt không có dấu chưn chim. Ngoài ra, con cháu khen vú bà ngoại không xệ như của mấy bà Mỹ già. Những người chưa quen mới gặp lần đầu đều khen bà phúc hậu.

Bà ngước lên ôm cổ ông, "Có anh nữa." Bà ngó ra cửa trầm ngâm một lát rồi cười, "Ờ, có ông trung úy gì Sư đoàn 25… Dà, trung úy gì… gì đó."

"Trung úy Thế - Nguyễn Thanh Thế," ông buột miệng nhắc tên. "Sau nầy ổng làm lớn lắm ở đơn vị khác chớ không còn ở Sư đoàn 25 nữa."

"Ổng có nhớ em hôn?" Bà cười trong nỗi buồn của người chồng.

"Ai biết được, nhưng em còn yêu ổng hôn?" Ông dạm thử.

"Yêu gì! Bạn bè mà," bà chối. "Anh còn biết ổng sống hay chết và ở đâu hôn?"

"Không," ông vội trả lời, nhưng nghĩ lại. "Ờ… Ờ biết."

"Em muốn đi thăm ổng."

"Em còn yêu ổng hôn?"

"Còn," bà lại quả quyết.

Và bà cười trong lúc ông già hơi nghèn nghẹn trong cổ họng bởi ông nhớ chuyện hồi xưa.

Hồi đó gia đình cô học trò ở trong quê cách chợ chừng hơn vài cây số theo đường chim bay. Cha cô tới tuổi bị động viên thời Vua Bảo Đại, gặp hên là không phải đi tác chiến cầm súng đánh đấm nhau ngoài mặt trận mà làm việc ở Chợ Lớn hay Gia Định gì đó cuối tuần mới về rồi chiều Chúa Nhựt lại lên sở làm. Sau nầy nghe kể lại thì cha cô thuộc lính thông tin hay truyền tin chuyên môn đánh mọt tít tít te te làm việc như công chức. Mẹ cô chỉ ở nhà lo cho hai đứa nhỏ, vịt gà heo cuối, và vườn tượt cũng đủ hết ngày giờ.

Khoảng thời gian sau đình chiến cô Nhơn mới vô tiểu học, xong lên Trung học Cần Giuộc do ông Đinh Văn Lô làm hiệu trưởng. Năm đầu cô đi học một mình, tới năm đệ Lục thì thêm con nhỏ bạn lối xóm tên Vui - Võ Thị Vui. Con bạn cùng tuổi nhưng lại sau cô một năm vì nó thi rớt vô đệ Thất trường công. Lúc giặc giã nổi lên thì quê của cô là vùng xôi đậu, cha cô chỉ về ban ngày. Tối tối cán bộ cộng sản hay về tuyên truyền lôi kéo đồng bào, vận động chánh trị chống Diệm-Nhu, và chiêu mộ thanh thiếu niên đi du kích.

Cha cô nói, "Chà! Cái vụ nầy coi bộ hổng xong rồi."

Mẹ cô bàn vô: "Tui thấy thằng Nghĩa có vẻ cũng khoái tụi nó."

"Không khéo cha đi lính quốc gia mà con theo cộng sản."

Cha cô bèn quyết định dời chỗ ở. Trong vòng một vài tháng với sự phụ giúp của bạn bè nhà binh và thợ thầy ngôi nhà đã thành hình. Người ta có dịp chạy ngang qua không thể không nhìn thấy ngôi nhà mái tôn vách ván nằm phía bắc sát mặt đường Liên tỉnh Số 5 bắt đầu từ cầu Nhị Thiên Đường ở chợ Xóm Củi -quận Tám chạy suốt tới Cầu Nổi qua hai quận Cần Giuộc và Cần Đước. Nhờ ngôi nhà sát bến trường Tiểu học Trường Bình mà bà mẹ buôn bán bánh kẹo và đồ chơi cho học trò có đồng ra đồng vô.

Tại ngả ba Mũi Tàu nầy còn có con đường đá đỏ chạy lên xã Mỹ Lộc và xã Phước Lâm tới ngả tư Xoài Đôi. Nếu tính nữa thì nó băng qua Cống Long Hòa tới ngả tư An Thuận thuộc xã Phước Vân, đi ngang nhà thằng học trò từng học ở đây rồi hết lớp lên Sài Gòn. Thằng nầy là con của người bạn lính của ông già đang theo Đại học Khoa Học và dạy giờ ở trường Cần Giuộc. Nghĩ ông đi làm xa cuối tuần mới về còn bà thì buôn bán không ai dòm ngó vụ học hành của con cái, ông già bèn biểu nó kèm toán cho mấy đứa nhỏ.

Một thầy thanh niên kèm trẻ tại tư gia một cô học trò tuổi cặp kê thì kết quả tất yếu phải là gì ai cũng biết. Mẹ cô nói:

"Yêu đương sớm vậy sao học hành được?"

"Lo gì em. Học thì học yêu thì yêu có sao đâu? Tình yêu lý tưởng mà!"

"Sao không có? Chớ hổng phải như hồi đó em có bầu rồi bỏ học theo anh luôn?"

"Tại em dụ anh…" ông cười, lại hun vô gò má bà, "… chớ hồi đó con trai mới lớn anh biết gì."

"Coi chừng có bầu rồi bỏ học như em hồi đó," bà cảnh giác."

"Em đừng lo. Có gì anh nắm đầu ông già nó."

Trong lúc những người quen biết khen tụi nhỏ

xứng đào xứng kép: "Trai tài gái sắc" và "Con nhỏ trổ mã coi đẹp ghê rất xứng với thầy giáo đó" vân vân... thì cuộc tình khiến mấy thằng học trò cùng lứa hoặc trên con nhỏ vài lớp phải ganh tị. Bao nhiêu đứa con trai viết thơ cho cô: đứa thì làm thơ nói bóng gió về tình yêu đôi lứa, thậm chí có đứa tỏ tình trực tiếp nhưng cô không màng. Trong mắt cô chỉ có anh Ngộ đang học đại học ở đất Sài Gòn. Mà Sài Gòn là thủ đô của nước Việt Nam Cộng Hòa được mệnh danh là Hòn ngọc Viễn Đông chớ không phải là quận lỵ Cần Giuộc heo hút!

Chính ông Thủ tướng Lý Quang Diệu của Tân Gia Ba còn mơ đất nước của ông được như Hòn ngọc Viễn Đông của Sài Gòn. Sài Gòn có Thảo Cầm Viên nơi lý tưởng cho gia đình dắt sắp nhỏ vô chơi hay trai gái hẹn hò. Sài Gòn có những con đại lộ với hàng cây cổ thụ cả trăm năm đầy bóng mát lá me bay. Sài Gòn có Thư viện Quốc Gia cho sanh viên và học giả tới đọc sách. Sài Gòn có Bến Bạch Đằng thơ mộng trên bờ sông cùng tên. Sài Gòn có ít nhứt bốn trường trung học công lập nam nữ nổi tiếng.

"Mai mốt ở đây hết lớp em cũng lên Gia Long," anh thầy nói.

"Cũng như anh lên Trương Vĩnh Ký phải hôn?"

"Gia Long với Trương Vĩnh Ký là bồ ruột nhau mà, như hai đứa mình."

"Mai mốt anh dắt em lên Sài Gòn chơi cho biết," cô nài nĩ.

Hai người tình nhơn mới lớn lý luận và suy nghĩ về tình yêu bằng những diễm ngôn của người xưa, bằng những bài thơ tình thời tiền chiến, qua các cuốn sách về tình yêu về gia đình và cả các sách dịch tiểu thuyết lãng mạn Pháp. Ngoài ra, còn có sách trước ngưỡng cửa hôn nhơn chuẩn bị cho cuộc sống lứa đôi. Lại nữa, sách diễn giải tâm lý con trai và tâm lý con gái để rút kinh nghiệm tán tỉnh nhau. Đặc biệt và bí mật nhứt là sách giải phẫu học thân thể người ta chia ra làm ba phần! Câu thiệu của tình yêu đầu đời là "Yêu nhau là hai người cùng nhau nhìn về một hướng."

Cuộc tình màu hồng đang nở hoa hy vọng một cuộc sống trăm năm hạnh phúc với hai trái tim màu xanh thì bỗng nhiên Trung đoàn 46 của Sư đoàn 25 Bộ Binh về hành quân tại thị trấn nầy. Bộ Chỉ huy đại đội đóng tại cái nhà đúc nóc bằng giữa đường từ nhà nàng vô thị xã. Khu nầy rất nhiều học trò gái nhưng không biết do nghiệp duyên gì - chắc hoa khôi Cần Giuộc - ông Đại đội trưởng lại chấm cô Nhơn nên luôn luôn theo sau đưa cô đi học và thường xuyên ngồi đồng tại nhà mỗi buổi chiều tới tối. Kết quả rồi cũng sẽ tới không thể khác được.

Nhưng cái khác ở chỗ nầy. Một anh sinh viên dạy giờ và một ông Trung úy làm đại đội trưởng hẳn có nhiều điều không giống nhau. Thầy dạy giờ là con của một quân nhơn truyền tin gia cảnh không lấy gì làm khá lắm lại chưa có công danh sự nghiệp trong khi ông sĩ quan dưới tay có hàng trăm lính. Thời chiến trước sau gì cũng phải nhập ngũ thì đi trước nếu chưa lên bàn thờ thì cũng có lon lá. Mấy năm sau anh sinh viên ra chuẩn úy thì ông sĩ quan đã lên tá làm tới tiểu đoàn trưởng hay trung đoàn trưởng cũng không chừng.

Những ai đang trong hạnh phúc yêu đương chưa bị phụ tình không thể nào hiểu nổi cái cảm giác của người bị *leo cây*. Cả bầu trời sụp đổ và thế gian vắng bóng người. Hết ngồi lại đứng, anh nhìn bóng cô đơn trải dài trên nền nhà dưới ánh sáng mờ ảo của cây đèn *huê kỳ* mà mơ hình bóng người yêu đầu đời. Chợt một tiếng nổ lóe lên ánh sáng hỏa châu trong màn trời đêm. Qua hàng cây thấp bên nây con đường, anh thấy rõ vài binh sĩ vây quanh cây súng máy trên nóc bằng ngôi nhà mà từng dưới là bộ chỉ huy của ông đại đội trưởng tình địch.

Giờ nầy vẫn có người chiến sĩ thức canh giặc, vẫn có người chiến sĩ ngủ bờ ngủ buội đâu đó ven vòng đai an ninh quận để bảo vệ giấc ngủ cho người dân. Chưa đợi động viên, anh thầy giáo dạy kèm Ngô Đình Ngộ ngậm ngùi tình nguyện vô Thủ Đức, không thể nào quên được mối tình đầu. Hình ảnh cô học trò xinh xinh duyên dáng luôn ngự trị trong tim chàng. Học lý thuyết trong lớp thấy nàng, thực tập ở bãi bắn bãi địa hình thấy nàng, cả trong giấc ngủ mệt nhoài của một khóa sinh cũng mơ thấy nàng.

Và do giấc mơ trở thành hiện thực. - Nghiệp duyên chăng? Cuối cùng cô tiến tới hôn nhơn với anh sĩ quan trẻ và may mắn mười năm lính anh chỉ bị thương nhẹ vài lần. Nhưng cái xui của cô - không chỉ riêng ai mà cả toàn quốc - là phải nuôi chồng trong tù sau cuộc đổi đời. Trở về căn nhà cũ lúc nầy cha mẹ đã qua đời và thằng Nghĩa đi sĩ quan rồi cũng vô tù, cô Nhơn tỏ ra là người vợ đảm đương trong thời buổi ngợm-lên-người người-xuống-tận-cùng-đáy-địa-ngục-trần-gian. Một nách ba đứa con cô làm cái nghề mua-gì-cũng-bán và bán-gì-cũng-mua để thăm nuôi thêm thằng em và cầm cự đợi chồng về.

Chuẩn úy Ngô Đình Ngộ ra trường làm Trung đội trưởng một đại đội Địa Phương Quân đóng ở Long Thành. Sau đó do tình hình quân sự đòi hỏi thì chánh phủ đôn quân nên anh về Đại đội 8 Trinh Sát của Trung đoàn 8 thuộc Sư đoàn 5 Bộ Binh đóng ở Lai Khê. Trong lúc đó ông trung úy bị gọi tái ngũ với cấp bực cũ. Khi Sư đoàn 18 Bộ Binh tăng cường giải tỏa An Lộc, hai tình địch cùng chiến tuyến đánh nhau với giặc cộng. Những năm chiến tranh cô Nhơn theo chồng sát nút. Suốt thời gian chung sống với nhau cô không hề nghĩ và nhắc tới cuộc tình lãng mạn với ông Trung úy Nguyễn Thanh Thế.

Nhưng Đại úy Ngộ biết danh tiếng Trung tá Thế bởi ông đánh đâu thắng đó nổi danh trong quân đội miền Nam, kể cả các tướng Bắc Việt từng giao tranh với đơn vị ông cũng nể. Ông - không chỉ một mình ông mà toàn dân miền Nam kể cả các giới chức chánh quyền - đều thua trận cuối cùng. Để rồi tất cả cùng gặp nhau trong các trại tập trung khắp mọi miền đất nước. Những người kém may mắn bỏ xác lại dưới nấm mồ vô danh bên đồi cao. Những ai còn chút hên hên ra tù ngoài vượt biên bằng đủ mọi cách cũng bỏ xác trong rừng sâu hay đáy đại dương không ít.

Tính ra con số thoát khỏi sự kềm kẹp và chà đạp của xã hội mới khi từ *tù trong* ra *tù ngoài* chắc cũng chẳng nhiều lắm. Không riêng gì người bị tù, dân thường cũng muốn trở thành con người đích thực. Khi bà xã bị tai biến mạch máu não nằm một chỗ, ông trung tá từ chức chủ tịch hội cựu quân nhơn về nhà vừa làm vú em vừa làm y tá chăm sóc cho vợ ít nữa cũng năm sáu năm. Trong lúc đó, tụi nhỏ bay khắp phương trời chỉ trừ gia đình một đứa con gái còn ở gần vì sắp nhỏ mà cô còn nán lại ở khu học chánh tốt lành. Sau khi bà mẹ qua đời, con Út muốn đưa ông về ở chung đặng có dịp trả hiếu.

"Ba ở một mình con không yên tâm. Chồng con rộng lượng và có hiếu chớ không như người ta đâu."

"Ba nhà binh mà, tự lo được, con đừng quá quan tâm," ông Thế tự tin.

Tới khi hai chưn yếu hẳn ông mới chịu bán nhà về ở với vợ chồng con Út.

Cũng tại nơi nầy, Đại úy Ngô Đình Ngộ chở vợ tới thăm tình địch năm xưa, theo lễ nghi quân cách chào kiểu nhà binh.

"Chào trung tá," ông Ngộ nhìn ông tiểu đoàn trưởng thu nhỏ người trong chiếc xe lăn. "Được biết anh còn minh mẫn tui mừng."

"Hồi đó tui có nghe nói về anh, cũng hơi ân hận." ông Thế cười như mếu.

"Bữa nay tui đưa bà xã về đây thăm anh," ông Ngộ giải thích tiếp. "Bả cứ nằng nặc đòi đi thăm anh."

"Cảm ơn anh chị bỏ công bỏ của bay qua đây thăm tui."

Xong, ông Ngộ lịch sự ra ngoài sau vườn cho hai người nói chuyện tự nhiên hơn. Phía sau có cái nhà mát nhìn về hướng đông để chiều chiều các thành viên gia đình ra ngồi chơi. Từ ngày bà trung tá qua đời và ông ngồi xe lăn thì ông không ra đây nữa. Mấy cây phong đã xanh lá. Các buội bông lồng đèn nở rộ một mùa hoa mới. Chim chóc vui hót đâu đây trong buội rậm thỉnh thoảng bay ra ngoài. Cảnh vật xinh tươi như vậy nhưng lòng đại úy xót xa trong khi bà xã sống lại thời vàng son con gái với người tình cũ.

Bà Nhơn nhìn quanh, hỏi:

"Bà xã anh đâu?"

"Bả mất lâu rồi."

"Hồi đó tự nhiên anh mất tiêu không lời từ giã."

Bà Nhơn nhắc chuyện hồi xưa.

"Anh có điều khó nói." Ông Thế nhúc nhích trong chiếc xe lăn.

"Lúc đó anh có gia đình chưa?" Bà Nhơn thắc mắc.

"Có rồi. Cho nên anh đâu dám…"

"Hèn gì…" bà nói tiếp. "Nhưng như vậy cũng là anh gạt em."

"Là Phật tử, anh nghĩ lại không nên kéo dài sợ rứt ra không được sẽ làm khổ nhiều người. Anh thấy tội nghiệp em -con gái mới lớn. Còn đối với bà xã là anh phản bội."

"Thấy lâu quá anh không ghé, em vô đại Bộ Chỉ huy hỏi thì lính nói anh đã giải ngũ rồi. Em chới với và sầu đời thật lâu. Nhớ anh muốn đi tìm mà không biết tìm ở đâu."

"Anh xin lỗi cô."

"Sao tự nhiên anh kêu em bằng cô?" Bà cười lớn.

"Tại em có gia đình rồi."

"Hồi đó anh có yêu em hôn?" Bà Nhơn lại hỏi.

"Có. Gặp em ai mà không yêu cho được," ông trung tá cười, nét mặt vui hẳn ra. "Dáng yểu điệu thục nữ, môi hồng, mắc biếc… Hỏi Đại úy Ngộ coi có phải như vậy không!"

"Sao hồi đó anh không nói yêu em?"

"Tại anh có gia đình rồi sao dám nói."

"Dà! Anh có vợ rồi," bà cười, ngần ngừ suy nghĩ cái gì đó một hồi rồi lẩm bẩm, "Ờ, ảnh có vợ rồi." Bà nhớ ông Ngộ, "Ờ. Em cũng có chồng có con rồi. Vậy huề héng."

Bà nhìn quanh phòng, không một bóng người, lại hỏi:

"Bà xã anh đâu?"

"Nhà anh mất lâu rồi."

"Anh có vợ khác chưa?"

"Bây giờ sống qua ngày chờ qua đời chớ lấy vợ chi nữa."

"Anh muốn hẹn em kiếp sau hôn?"

"Không dám đâu. Sao em không hẹn anh Ngộ ở kiếp sau?"

"Ảnh phản bội em!"

"Anh phản bội em hồi nào?" Vừa lúc anh Ngộ từ ngoài đi vô, lên tiếng.

Anh thầy giáo dạy giờ Ngô Đình Ngộ gốc dân quê học hết trường quận lên Sài Gòn rồi đi lính chưa từng hưởng lạc thú thời trai trẻ -nếu muốn nói đấy là lạc thú; quanh năm chỉ biết *cơm nhà quà vợ* chớ đâu có ăn chơi lăng nhăng bậy bạ. Chưa hề biết nhà hàng lớn nhỏ chưa hề vô vũ trường, chỉ biết học đường và võ đường. Dù vậy, nhờ tướng tá phương phi điển trai lại là thầy giáo mà nhiều nữ lưu vây quanh nhưng thầy lại chơn chỉ hạt bột không biết nói một lời tình cảm làm vui lòng phái nữ.

"Em thấy con gái theo anh nhiều lắm. Hồi đó con Vui cũng khoái anh lắm mà."

"Em khoái anh thì có."

Nhiều người nói nếu cô Nhơn không quay trở lại chắc thầy cũng xách xe không chạy lòng vòng tới hết cuộc đời.

"Dà! Hồi đó em yêu anh mà anh cũng yêu em nữa," bà lại cười, nắm tay ông Ngộ, hỏi, "Anh còn yêu em hôn?"

"Còn," ông an ủi bà. "Anh yêu em mãi mãi."

"Em già rồi!"

"Già đâu mà mà già?" ông cười nhìn bà. "Mỹ nhơn không nên nói mình già. *'Mỹ nhơn tự cổ như lương tướng, Bất hứa nhơn gian kiến bạc đầu.'*"

Ông Thế nhận xét:

"Anh chị yêu nhau từ hồi trẻ mà tới bây giờ còn như vầy hiếm có lắm."

"Hiếm gì? Ảnh phản bội em hoài," bà Nhơn nhìn ông Thế lại quay sang nhìn Ngộ, hỏi, "Ủa. Thằng Quân đâu rồi?"

Ông Thế nhìn ông Ngộ thông cảm, "Dù sao, tui cũng muốn nói một lời xin lỗi anh."

Sau khi hai vợ chồng về nhà rồi, bà Nhơn lại nhắn tin với ông Thế, "Hôm nay em thấy nhớ Anh quá Anh Thế ơi. Anh có nhớ em hôn? Anh và em mới gặp nhau hồi tháng Năm mà tháng Sáu em đã nhớ Anh như vầy. Ông xã em rộng lượng lắm hỏi em muốn đi thăm Anh nữa hôn anh ấy đưa đi vì chồng em muốn em vui."

Ông Thế đáp lại, "Cảm ơn vợ chồng em đã nghĩ đến anh."

"Nghĩ tới Anh thì lúc nào em cũng nghĩ. Anh đã cho em sống những tháng ngày lãng mạn: ngày nào Anh cũng đưa em đi học. Em mặc áo dài trắng đi trước, Anh đi sau, ra chơi thấy Anh đi tới, về nhà gặp Anh sang chơi. Một tình yêu lý tưởng, chúng ta hoàn toàn trong sạch không chiếm đoạt nên em rất cảm ơn Anh." Bà viết hoa chữ Anh!

Một hai ngày sau bà lại viết, "Anh Thế ơi, em nhớ anh quá Anh Thế ơi! Anh gì đệ tử của anh đã gởi hình anh cho em. Bức hình Tướng Lê Minh Đảo gắn lon trung tá cho anh tại mặt trận. Thật oai phong lẫm liệt! Em có hình anh rồi. Từ nay khi nào thấy nhớ anh em nhìn cho đỡ nhớ."

Buổi sáng, ông Ngộ thức dậy trước uống cà-phê rồi pha cho bà. Khi bà ra, ông Ngộ cười nói:

"Chào phu nhơn, anh pha cà-phê cho em rồi

nè."

Bà nhấp một chút, xong để ly xuống bàn, nhìn ông Ngộ, nói:

"Em chào anh Thế. Hôm nay anh khỏe hôn?"

Ông Ngộ lờ đi như không để ý tới câu nói *hoài cổ* của bà, hỏi:

"Vậy em quen ông Trung tá Thế hồi nào?"

"Dà, dà...," bà suy nghĩ một lúc, hỏi lại, "bên Việt Nam hay bên Mỹ ta? Quên rồi."

Ông Ngộ nhìn bà cười cười:

"Bên Mỹ!"

"Phải rồi, bên Mỹ," bà cười theo.

Hồi qua Tony Lê dặn bữa nay ngày rằm nên ăn chay, bà viết, "Sáng nay ông xã em cho em ăn khoai lang khoai môn hương vị đồng quê ngán quá hà, làm em nhớ hồi ở Cần Giuộc anh hay dắt em ăn cốm ngò - em nhớ hoài cái mùi thơm và vị ngọt dịu em hổng biết tả sao - ở cái quán trước tòa hành chánh quận chỗ bến đò Tân Thanh qua bên kia sông là Phước Lại, anh có nhớ hôn? Em nhớ từ đó đi ngang qua Chợ Núi xuống Tân Tập là quê ngoại mỗi khi nghỉ hè và đám giỗ em hay về."

Coi điện thoại của bà, ông Ngộ hỏi:

"Em méc vậy, anh Thế nói sao?"

"Ảnh chưa đọc," bà Nhơn cười, lại viết trong mục nhắn tin. "Em chào anh Thế, em nhớ anh Thế quá anh Thế ơi! Hôm nay anh khỏe hôn? Em nhớ anh rất nhiều. Anh có nhớ em không?"

"... la. ă. ắ.mm nh. ớ.ớ.ớ...." ông Thế trả lời.

"Anh có muốn em đi thăm anh nữa hôn?"

Trong một tuần bà Nhơn nhắn tin hoài vẫn không thấy ông trung tá hồi âm, bà Nhơn biểu ông Ngộ liên lạc thì cô Út trả lời, "Ba con vô ER -*Emergency Room* hai hôm rồi, bác sĩ nói có thể chiều nay ra ICU -*Intensive Care Unit*."

Ông Ngộ nói với bà Nhơn, "Hồi hôm anh nằm mơ thấy anh Thế nhắn tin 'lắm nhớ' chớ hổng phải 'nhớ lắm' mà viết tùm lum không còn tỉnh táo nữa. Anh bị ông trung tá nầy ám ảnh quá!"

"Ám ảnh gì? Anh ghen với ảnh làm chi?"

Ông Ngộ tự an ủi lấy khổ làm vui mặc dầu có đôi chút ngậm ngùi ẩn ức nhưng nghĩ cũng thương vợ - giờ không còn tỉnh táo nữa - hy sanh cho chồng con suốt cuộc đời con gái, nhứt là cuộc đổi đời cay đắng lúc cả nước xuống hố.

■ nsh-250508 nhuận sắc 251005

CHO TRỌN CUỘC TÌNH

truyện ngắn

(Tặng Nguyễn Kim Đởm, Nguyễn Phát Hậu, Lê Phát Nguyện, Nguyễn Minh Phú, Nguyễn Văn Phú, Lại Văn Thôi, Nguyễn Thị Thuận -Kim Lợi…)

1

Người dân bình thường hay nói ngược là nhánh của con sông Vàm Cỏ Đông gần cuối nguồn mà con sông Đôi Ma còn rán chia xã Long Hòa và xã Tân Trạch bằng cái cầu sắt. Thực ra con sông Đôi Ma nầy bắt nguồn từ vùng đất hơi cao miệt xã Mỹ Lệ chảy qua Cầu Đồn rồi qua Cầu Sắt tại chợ Rạch Kiến chạy tới xã Long Cang đổ ra sông lớn Vàm Cỏ Đông. Chẳng những là ranh giới hai xã, nó còn chia hai nơi ở của hai đứa học trò trường Tiểu học Rạch Kiến. Tuy nhiên, chừng nào cái Cầu Sắt chưa sập thì hai đứa nó còn qua lại với nhau.

Qua bên kia cầu là hai dãy phố dọc theo hai bên đường chạy dài tới nhà ông Hội đồng Đại bên phải. Từ nhà ông hội đồng thụt lại hai ngôi là chỗ ở của gia đình con nhỏ. Hồi thằng nhỏ quen con nhỏ không biết mấy anh chị lớn của con nhỏ đi đâu và làm gì, chỉ biết con nhỏ ở với má. Ba con nhỏ tới tuổi động viên, như nhiều thanh niên thời đó, suy nghĩ "Cứ đi trình diện tới đâu hay tới đó. Kệ lính nào cũng được. Phó mạng cho trời đất" vì không chịu đi lính Dân Vệ đóng ở xã Tân Trạch cách nhà mấy cây số như má nó muốn.

Chạy ngang qua trụ sở Hội Đồng xã Tân Trạch, con đường đất đỏ nầy không có tên, theo hướng tây nam nếu chạy nữa sẽ đụng con sông Vàm Cỏ Đông tại bến đò Bến Bạ qua bên kia là quận Tân Trụ. Có lần thằng nhỏ chở con nhỏ đi tới bến đò bằng chiếc xe đòn dông không có *pọt-ba-ga*. Nó lấy vải quấn cây đòn dông cho con nhỏ ngồi, tới nơi con nhỏ than đau đít quá. Nó hứa đại để mai mốt lớn chút nữa nó kiếm xe máy đầm chở con nhỏ đi chơi. Hai đứa chạy lòng vòng uống nước đá nhận bạc hà rồi về. Vậy mà tụi nó vui hết biết.

Thằng con trai thì ở nhà bánh ích gần cái cua quẹo lên ngả tư Rạch Kiến. Nhà nầy của ông Hương giáo Châu Văn Được, thời Tây bị trưng dụng làm trụ sở vì nó đồ sộ, vườn rộng minh mông, lại có hàng rào kẽm gai rất an ninh. Thời quốc gia trả lại cho gia đình lúc nầy ông giáo đã qua đời, chỉ còn bà vợ là cô Sáu của nó và hai cô con gái. Anh con trai út, lớn hơn thằng nhỏ chừng bốn năm tuổi, đi học và ở biệt Sài Gòn; quần áo hơi nhụt nhụt là giạt ra cho thằng nhỏ mặc. Chị Tám và chị Mười đều theo nghề ông già làm cô giáo dạy ở trường Tiểu học Rạch Kiến.

Sáng sáng thằng nầy đợi con nhỏ tới mới tháp tùng đi luôn chớ chưa khi nào thấy nó đi một mình. Hầu như ngày nào nó cũng hái mấy trái ổi sẻ bên hông nhà, có khi trái bình bác trong vườn sau đem cho con nhỏ. Bữa nào không có trái cây thì nó xếp máy bay hay tàu bè bằng giấy tập. Con nhỏ là thủ quỹ giữ *tiền* cho thằng nhỏ: nắp phén, dây thun, và hình truyện phim khi thằng nhỏ chơi tạt lon, bắn đạn, thảy đáo. Hai đứa nó đeo dính nhau đến đỗi đám học trò hay cặp đôi hai đứa nó nhưng tụi nó thấy "hai đứa mình bồ nhau cũng được đâu có sao." Tụi nó nghĩ bồ là bồ thôi chẳng đứa nào phản đối, nhiều khi còn hãnh diện nữa.

Gặp nhau suốt tuần, vắng mặt chỉ có một đêm thứ Bảy mà tụi nó cũng cảm thấy nhớ nhau. Thằng nhỏ về nhà trong ấp Phước Hưng -ngoài, chỉ cách chợ ba bốn cây số nhưng nó thấy lâu lắm. Chỉ những người thân mới biết ba của hai đứa nầy là bạn lính với nhau hồi động viên, giờ thì đã giải ngũ. Con nhỏ chịu kêu nó bằng anh là tại vì nó lớn hơn con nhỏ tới ba bốn tuổi và học trên tới mấy lớp. Nó đẻ trong bưng nên không có giấy tờ gì hết. Mấy chị con cô Sáu dạy ở trường đem vô ghi tên rồi học từ đó tới giờ. Ba nó định chừng nào nộp hồ sơ thi vô đệ Thất trường công mới xuống Tòa Hòa Giải Rộng Quyền Long An làm thế vì khai sanh cho nó.

Cô Sáu chậm rãi nói:

"Nói với ba con chừng đi cho cô biết đặng cô cho người đưa đi xuống Tân An."

Thằng Tám chỉ biết dạ. Cô sáu tâm sự:

"Phe bên nội giờ đây đâu còn ai nữa, chỉ còn cô với ba con. Mà cô bây giờ như ngọn đèn trước gió hổng biết tắt lúc nào," chắc cô đang nhớ về dĩ vãng. "Dìa nói ba con thỉnh thoảng ra chơi với cô - cũng hơn tháng rồi cô không gặp."

Nghe cô than, thằng Tám cảm động, nhìn mái tóc bạc phơ của cô:

"Dạ! Để con dìa nói lại với ba con."

Cô Sáu ngậm ngùi nói tiếp:

"Ông nội con bị thủ tiêu. Bà nội qua đời lúc ba con bằng cỡ con bây giờ ở với cô học ông thầy Tư Xe anh của thầy Sáu An - thầy của con đó."

Các biến cố bi thương ngày xưa hiện về, cô khích động căn dặn:

"Nhớ là ông nội con bị Việt minh thủ thiêu vì họ nghi làm việc cho chánh quyền."

"Dạ! Con nhớ rồi, cô," thằng Tám khẳng định.

Cô Sáu giàu có danh giá nhưng sống rất giản dị và gương mẫu. Hồi đó mới vô nhà lần đầu thấy trên trang thờ cao giữa nhà có hình con mắt thiệt lớn. Đi đâu hướng nào con mắt cũng ngó theo khiến nó sợ quá, thường ít dám lên nhà trên mà ở nhà dưới chơi với thằng Mi vừa là cháu bà con kêu nó bằng chú vừa là đầu bếp của gia đình cô Sáu. Sau nầy trên trang thờ nhà nó cũng có hình con mắt mà ngày hai buổi sáng sớm và chiều tối ba nó đều đốt nhang và đánh chuông.

"Đạo nầy gồm tinh hoa của rất nhiều đạo," ba nó giải thích. "Chúa Phật Khổng Lão đều có, chỉ thiếu đạo của người Chàm và đạo của người Chà Và thôi."

Nó thắc mắc hỏi sao thờ con mắt.

"Con mắt là Thiên Nhãn của Thượng Đế, ý nói đâu đâu ngài cũng nhìn thấy và cũng biết hết. Cho nên mình phải tu nhơn tích đức, ăn ở hiền lành, và sẵn sàng giúp ích mọi người."

Ba nó lại nói tiếp:

"Chuyện con ở ngoải đi học cũng là do ý cô Sáu."

Thằng nhỏ lội bộ đường đồng ba bốn cây số mất cả hơn một tiếng đồng hồ mới tới trường. Mùa nắng không nói làm gì nhưng mùa mưa thì cả một vấn đề.

"Đem thằng nhỏ ra đây tui nuôi cho," cô Sáu nói với ba nó. "Tội nghiệp cậu! Chuyện ruộng nương mất hết thời giờ có đâu lo học hành cho thằng nhỏ."

Mỗi lúc từ trong nhà ra hay từ đây về trỏng, thằng Tám đều *phải* gặp chào cô Sáu, người mẹ thứ hai của nó. Nhưng ngoài cô Sáu ra, chắc chắn nó cũng *phải* gặp con Út Đẹt, mà nhiều khi con nhỏ đang đợi nó ở chỗ hòn non bộ phía sân trước.

Thằng Tám móc trong túi xách ra nói:

"Lấy cục xà-bông Cô Ba nầy xài."

"Ở đâu anh có vậy?"

"Chị Mười cho chị Năm hai cục tao chia cho mầy một cục, chớ mầy tưởng tao ăn cắp hả?" Thằng Tám ngó con Út, cười nói thêm. "Tắm xà-bông nầy thơm lắm."

"Dà! Em cứ tưởng…"

"Tưởng tầm bậy không hà!"

Thằng Tám lại xé đôi tờ giấy một đồng cô Sáu cho đưa cho con Út một nửa, "Giữ mà ăn bánh."

Hai đứa nắm tay nhau đi vừa nói chuyện trời trăng mây nước. Thằng Tám nói:

"Tao về trỏng mai tao ra."

Con Út dặn dò:

"Mai ra sớm sớm nha."

"Ờ!" Thằng Tám nheo mắt cười ngó con nhỏ.

"Sao em nhớ anh quá," con Út không nỡ rời tay.

"Tao cũng nhớ mầy vậy chớ bộ mình mầy nhớ tao sao?"

"Em nhớ anh nhiều hơn."

"Ờ! Thì mầy nhớ tao nhiều hơn tao nhớ mầy." Thằng Tám nói vuốt theo con nhỏ.

"Thôi! Tao đi," thằng Tám cũng hơi bịn rịn từ giã, quay lại dặn dò. "Mầy nhớ một mình không được đi theo tụi nó tắm sông nha. Coi chừng chết đuối đó. Mai mốt rảnh tao tập mầy lội. Tao sẽ còn dạy cho mầy mấy thế thủ thân kẻo tụi nó thấy mầy con gái lại nhỏ con tụi nó ăn hiếp."

Cái hẻm hai đứa chia tay nằm ngay cuối nhà lồng chợ, một bên là tiệm thuốc bắc, bên trái là căn phố của cô Sáu cho người ta mướn mở cái tiệm bán đồng hồ. Thằng Tám đi gần tới nhà Bảy Thau quay lại thấy con Út vẫn còn đứng ngó theo. Thấy con nhỏ tội quá, nó bèn quay trở lại hỏi:

"Mầy dám vô nhà tao chơi hôn?"

"Xa hôn?" con Út hỏi lại, không trả lời thẳng.

"Không xa đâu."

"Không xa thì em muốn đi chơi nhưng để em hỏi má cái đã. Anh đợi ở đây nha."

"Tao hổng đợi. Tao đi theo mầy về nhà luôn."

Thằng Tám theo con Út nhưng đi thẳng ra vườn, vẫn nghe má con Út hỏi:

"Có đứa nào nữa hôn?"

"Đâu có đứa nào, má."

"Nó giữ mầy được hôn mà đi?"

"Bộ con còn con nít sao má?"

"Chớ mầy lớn với ai?"

"Con lớn rồi, đâu cần giữ nữa, má."

"Đem theo bộ đồ tối ngủ," má nó dặn, không trả lời đồng ý.

Về nhà thằng Tám còn có ngõ ngả tư Xoài Đôi nếu từ Chợ Lớn về hoặc ngay chỗ cua quẹo lên ngả tư Rạch Kiến theo con đường mòn về hướng tây nữa. Nhưng nó thích chỗ nầy vì ở khoảng giữa nhà cô Sáu và nhà con Út. Con đường duy nhứt và gần nhứt là hẻm chợ ngang nhà Bảy Thau qua cầu Ông Tánh. Con đường nầy nó thuộc như cháo, nhắm mắt nó cũng có thể đi được. Tới chỗ lội dài khoảng hơn thước, thường khi đi một mình nó phóng cái rụp là qua, nhưng còn con Út Đẹt. Thấy con nhỏ do dự không biết làm sao, nó biểu:

"Mầy bận quần dài sao lội qua được. Thôi để tao cõng mầy qua."

"Ừa! Em sợ té quá," con nhỏ tự nhiên để thằng Tám cõng qua. "Ướt dơ hết sợ hổng có đồ thay."

"Vậy chớ mầy xách theo đồ gì?"

"Đồ ngủ thôi."

"Đồ ngủ bận cũng được."

"Mỏng lét hà. Đâu được. Má em nói vậy!"

Để con nhỏ xuống, thằng Tám cười hỏi:

"Khoái hôn?"

"Ừa!" Con nhỏ mừng nhảy nhảy lên nắm tay thằng Tám.

Con rạch chỗ cầu Ông Bộ chỉ là cái nhánh của con sông Đôi Ma, ăn thông vô mấy luống dừa nhà chị Bảy Hà. Thằng Tám với thằng Tám Ái là bạn học chơi với nhau, tụi nó lội qua lội lại hoài. Chảy qua đây nó hẹp lại cho người ta bắt cầu đi qua, nước hiền hòa, và nhứt là gần đây không có vịnh, bắt nguồn từ cống Long Hòa chỗ đường đi ngả tư Xoài Đôi và về hướng tây là đường lên các xã Long Khê, Long Cang, và Long Định.

Đây mới chỉ là nửa đường. Con nhỏ than mỏi cẳng, thằng Tám biểu:

"Mỏi cẳng thì ngồi nghỉ hết mỏi rồi đi."

Thằng Tám vén mấy sợi tóc ướt mồ hôi trên trán con Út, hỏi:

"Mai mốt lớn lên mầy làm gì?"

Con nhỏ trìu mến nhìn thằng Tám:

"Em hổng biết," con Út ngần ngừ một lát, nói. "Anh làm gì thì em làm cái đó."

"Tao đi lính mầy cũng đi lính hả?"

"Ừa! Đi lính luôn," con nhỏ cười hạnh phúc nói tiếp. "Em muốn làm vợ anh."

"Đừng có khùng quá đi. Mầy còn nhỏ xíu!"

"Nhưng anh đợi em lớn thêm chút nữa nha."

"Tao tới tuổi làm sao đợi mầy được?"

"Anh hổng đợi em hả?" Con nhỏ dùng dằng.

"Ừa! Tao sẽ đợi mầy lớn," thằng Tám hứa vuốt theo chìu con nhỏ, ôm cổ hun lên trán con nhỏ một cái. "Thương mầy quá Út Đẹt ơi!"

Hai đứa nhỏ cảm thấy như cuộc đời tụi nó ràng buộc nhau tự bao giờ.

2

Giống như cô Sáu với ba nó, thằng Tám chỉ có hai chị em mà cách nhau tới sáu năm. Chị Năm nó học xong lấy bằng Tiểu học về nhà chưng chơi không học tiếp vì thi rớt đệ Thất trường công. Má nó khuyên cũng như năn nỉ:

"Thôi, học vậy đủ rồi con. Ở nhà phụ má."

Nếu ở chợ, chị Năm nó có thể xin làm thơ ký xã hay ở trường học nhưng chỉ không có ý kiến gì.

"Rán lo cho thằng Tám. Dầu gì nó cũng là con trai."

"Sao con nghi quá. Mới nứt con mắt mà bày đặt có bồ."

"Bồ bịch gì, tụi nó con nít mà," má chị nói bác ra.

"Nó giới thiệu với con, con nhỏ là bồ nó. Con nhỏ cũng nói nó là bồ thằng Tám."

"Tụi nó vô tư lắm đâu phải trai gái gì. Nó nói xàm vậy mà!"

Má nó lại biểu chị Năm:

"Đâu mầy hỏi coi con Út nó thích ăn cái gì?"

Sau khi hỏi Út Đẹt, chị Năm trả lời:

"Nó nói nó thích cá kho tiêu mà bỏ tiêu nhiều nhiều."

"Ờ để tao kho tiêu cho nó," má chị lại nhớ ra. "Mà cá gì?"

"Cá gì cũng được," chị Năm nói đại. "Tại cái kiểu của nó vậy."

Bà mẹ chu đáo dặn:

"Con coi lo chỗ ngủ cho nó."

"Coi bộ tụi nó chưa biết gì nhưng tao chấm con nhỏ nầy," má chị lại nói tiếp. "Nó thiệt thà."

"Con thấy con nhỏ nầy cũng được," chị Năm biểu đồng tình.

Khác với những nhà ở chợ, đầu tiên con Út lấy làm lạ thấy một cái khạp có nắp đậy kín nằm ngay đầu ngõ, bên cạnh là cái gáo dừa có cán cắm trên một cây gỗ cao chừng một thước. Chị Năm giải thích rằng ở trong đây hầu như các nhà kha khá đều có để cái khạp nước mưa đó cho những người lỡ đường uống thoải mái mà không cần phải xin ai hết. Tục lệ trong quê nầy là vậy. "Một hai ngày, chị hoặc má coi châm thêm cho đầy." Một lát nữa nó thấy hai bên chái sắp đầy những cái lu thiệt lớn chứa nước mưa mà trong quê người ta gọi là mái vú.

Khuôn mẫu của các gia đình kha khá ở xóm nầy vào thời kỳ sau hiệp định là nhà ngói ba căn hai chái, nhà nào cũng có bộ ván ở hai căn hai bên; gian giữa là chỗ duy nhứt của cái tủ thờ trên có chưng cái lư hương và cặp chưn đèn bằng đồng bóng láng. Trước mặt bàn thờ - chừa lối đi khoảng một sải tay - là bộ trường kỷ chạy tới hết cột hàng nhì, hai bên sắp ghế có chỗ dựa, là nơi tiếp khách trong các buổi lễ tiệc quan trọng. Giữa cột hàng ba là dàn cửa trước. Ra ngoài là hiên rộng chừng hơn sải tay người lớn giới hạn bằng bốn cây cột hàng tư.

Trở lại sau lưng tủ thờ, bên trong là cái bàn thờ ngày thường để trống, chỉ khi cúng kiếng mới bày đồ ăn và chén đũa xếp hai bên. Phía sau vách ngăn sát bàn thờ, tương ứng với hai bộ ván gõ là buồng ngủ đặt hai cái giường giống nhau. Giường nào cũng có khung giăng mùng, ban ngày chỉ cuốn lên tối xổ xuống. Cái buồng bên kia của ba má có tấm ri-đô ban ngày kéo qua một bên. Riêng bên nây là giang sơn của chị Năm được trang trí theo kiểu con gái nhà lành.

Chị Năm chỉ con Út sau khi quét dọn và sắp xếp mền gối:

"Tối nay em ngủ với chị trong buồng nầy."

"Em muốn ngủ với anh Tám," con Út phản ứng liền.

"Sao được nà. Em ngủ với chị. Trai gái sao ngủ chung được?"

"Ba má em ngủ chung đó sao?"

"Ba má em là vợ chồng. Còn hai đứa bây đâu phải," chị Năm cười hứa với nó. "Lớn lên nếu tụi bây muốn."

"Em lớn thêm chút nữa hả?" Nó ngây thơ hỏi.

3

Năm Sáu Lăm anh Tám thi rớt tú tài đôi. Anh nghĩ cũng đúng: học ban toán mà giỏi môn triết mới trớt ngoe.

"Rớt là dĩ nhiên, chớ đậu mới là lạ! Chắc tại mình không có số lên đại học."

Anh bèn tính chuyện đi lính, chị Út thắc mắc:

"Còn thi một kỳ nữa mà!"

Anh Tám kéo ghế ngồi sát bên Út Đẹt, choàng

tay qua vai chị:

"Anh có thi lại chắc cũng hổng đậu," Tám bóp nhẹ vai Út. "Em đeo dính như sam, có học hành gì đâu mà đậu được?

"Anh đổi tên họ thành *đổ văn thừa* hồi nào vậy?" Chị quay nguýt anh. "Phải cố gắng chớ sao bỏ cuộc?"

"Trước sau gì cũng đi, đi sớm có khi lại hây; *trâu chậm uống nước đục.*"

Ba chị Út thường nói thời chiến chỉ trốn quân dịch mới không phải nhà binh mà thôi. Má chị kinh nghiệm có chồng chiến binh nhiều khi cả tháng mới về nhà một lần khiến bà vợ mỏi mòn trong đợi. Đó là chưa kể các bà vợ lính nghe tin sét đánh rụng rời cả tay chưn! Chị Út nghĩ làm sao tránh được. Bây giờ có hoãn thì tới tổng động viên cũng phải đi. Lúc đó có lon lá vẫn đỡ hơn chuẩn úy mới ra trường.

"Anh nghĩ vậy cũng phải," chị suy nghĩ một hồi lâu mới đồng ý. "Nhưng em sợ anh chết."

"Bộ ai đi lính cũng chết hết sao?"

"Nhưng chết nhiều hơn sống."

"Đành rằng đối diện với cái chết thường xuyên nhưng ai cũng có số, trời kêu ai nấy dạ mà em."

"Nếu anh đi lính em cũng vô nữ quân nhơn luôn."

"Thôi đi cô!" Anh Tám can.

"Làm sao em sống xa anh được?" Chị Út quyến luyến.

"Ít bữa sẽ quen thôi. Xa anh một thời gian thì có bồ mới liền," anh Tám tửng tửng. "Hoa vừa hé nụ thì thiếu gì ong bướm vây quanh."

"Anh đừng có nói xàm!" Út vuốt mặt anh Tám.

"Đợi lấy tú tài xong hãy đi sĩ quan nữ quân nhơn chớ hổng lẽ bây giờ vô lính trơn," anh Tám câu giờ.

Chị Út lo lắng nói:

"Em sợ mất anh. *Xa mặt cách lòng* mà!"

"Nói gì kỳ vậy?"

"Nhớ hồi đó em đòi ngủ với anh hôn?" Chị Út cười trìu mến nhìn anh, hơi mắc cỡ.

"Ờ! Nhớ nhưng chị Năm hổng cho."

"Em yêu anh từ hồi đó."

"Thương chớ yêu gì? Con nít chưa dậy vú cau biết gì mà đòi yêu?"

"Thiệt mà. Bộ chưa dậy vú hổng biết yêu hả?"

"Ừa!"

"Hổng yêu sao em theo anh sát nút vậy?"

"Tại anh hổng có em gái, anh cưng em và lo cho em mọi thứ."

"Bây giờ hổng ai ngăn cản được em," chị Út quyết định. "Từ nay tới ngày anh trình diện, em ở với anh luôn rồi đưa anh đi vô trại nhập ngũ."

"Bộ tính bắt sát luôn hả?"

"Bắt sát anh luôn!" Chị Út khẳng định.

Tối đó chị Út Đẹt mặc đồ đẹp gợi cảm xức thêm chút dầu thơm dụ anh Tám:

"Em muốn có con với anh."

Anh Tám không ngờ Út Đẹt lại nói câu nầy, đáng lẽ phải của anh:

"Rủi anh tử trận em thành mẹ vá con côi sao?"

"Hồi qua anh nói anh hổng chết sao bữa nay anh nói chết?"

"Anh lo cho em. Có con mà chưa có chồng ăn nói làm sao?"

"Vậy mình kết hôn đi."

"Ờ!" Anh Tám hứa đại. "Mai mốt ra phường làm hôn thú trước khi anh vô quân trường."

"Anh có nhớ lúc mình ngồi nghỉ chỗ cầu Ông Bộ trên đường vô nhà anh, em nói lớn lên sẽ làm vợ anh hôn?"

"Lời con nít mà! Tại hồi đó em khoái anh nên mới nói vậy."

"Em nói thiệt đó. Em biểu anh đợi em lớn. Bây

giờ em lớn rồi."

Lúc đầu anh Tám ngại muốn giữ cho tới ngày hai đứa thành hôn nhưng cặp kè với nhau mấy ngày trời anh kềm được mới là lạ!

Rồi hai anh chị không rời nhau nửa bước.

Sau khi anh Tám vô quân trường, lần thứ nhứt lên Khu Tiếp Tân thăm anh, chị Út nói:

"Tháng nầy im ru. Chắc em có bầu quá."

"Em ân hận hôn?"

"Em chấp nhận. Chính em muốn mà."

Hai người ôm hun nhau. Chị Út hỏi:

"Bộ anh hút thuốc hả?"

Anh Tám gật đầu nói yếu xìu, "Buồn nhớ em quá!"

"Nhớ *bồ* châm điếu thuốc hả?" Chị Út nói một câu huề vốn.

"Lính thằng nào hổng hút, em."

"Anh đi rồi mấy đứa theo dê em. Em nói em chỉ lấy người em yêu."

"Rủi thằng đó ngon lành hơn anh thì sao?"

"Nhưng em yêu anh từ hồi nhỏ. Chỉ anh mới làm trái tim em rung động. Tụi nó đâu có trong con mắt của em!"

Gắn Alpha xong anh về phép thì chị Út báo tin vui - có bầu thiệt:

"Đứa nầy là con của riêng em nha!"

"Có phần của anh nữa chớ."

"Phần anh có chút xíu mà miễn cưỡng chớ anh hổng tự nguyện."

Chị Út ôm vai và cặp cổ hun lên gò má anh Tám:

"Anh muốn đặt tên gì nè?"

"Bây giờ đâu biết trai hay gái."

"Em nhường cho anh đặt tên con đó."

"Vậy nếu trai thì Ngô Hùng Dũng cho nó mạnh dạn nam nhi. Anh sẽ dạy nó sống thành một người tốt," anh Tám nhìn thẳng vô mắt chị Út. "Đừng hỏi anh thế nào là người tốt nha! Hơn nữa, nếu anh hổng dạy được thì sẽ cho nó học võ."

"Chi vậy? Có làm gì đâu mà phải học võ?"

"Để có lòng tự tin. Người tự tin dễ thành công hơn người thiếu tự tin. Ngoài ra, để bảo vệ người yêu và gia đình của nó. Nói rộng ra có tự bảo vệ mình thì mới bảo vệ được người khác," anh thêm. "Và anh còn dạy nó nhiều điều nữa."

Anh Tám nhìn chị Út thăm dò:

"Em có nhớ hồi đó em nhỏ con - Út Đẹt mà, tụi nó đâu có ngán tới khi biết em có võ đâu có đứa nào dám ăn hiếp em."

"Dà! Tụi trang lứa tôn em làm sư tỷ," Út cười lớn. "Nhờ anh dạy em đó. Anh hây thiệt!"

"Em khen hoàng tử tốt áo hả?" Anh gồng con chuột lên cho Út coi. "Con trai là phải rèn luyện thân thể cho mạnh dạn chớ hổng phải hằng ngày một xị rượu với hai cái chưn gà!"

Chị Út bóp bóp con chuột rồi đập nhẹ lên lưng anh Tám, "Mạnh dữ ha. Đúng rồi. Còn con gái thì sao?"

Anh Tám mỉm cười ngó chị Út:

"Con gái thì Ngô Anh Thơ yểu điệu thục nữ một chút chớ hổng như em, giống con trai quá!"

"Giống con trai thì sao?" Chị Út lườm yêu anh Tám rồi dịu giọng. "Dà! Đặt vậy cho văn vẻ một chút chớ *nam Văn nữ Thị* thì thường quá."

"Anh sẽ không cần dạy gì hết vì nó là thiên thần biết hầu hết mọi chuyện. Nếu cần, nó sẽ học ở em vì em là người mẫu còn anh là người hùng của nó."

"Sao kỳ vậy?"

"Để rồi em coi: Lớn lên tới mười ba mười bốn tuổi, tánh nó như con trai y hịch của em vì em là tấm kiếng soi của nó, và nó bắt đầu so sánh anh với *nửa kia* trong mộng của nó."

Anh Tám xoa xoa lên cổ trần của chị Út:

"Vậy là em hết mộng tình nguyện vô nữ quân nhơn rồi há. Cuốn truyện *Hồi Ký Của Một Kỷ Nữ* nói chỗ sau ót của phụ nữ là điểm nhạy cảm."

"Bộ muốn hả? Hun lên đó đi để em coi có phê hôn?"

Anh Tám làm theo lời mời của chị, ngoài ra còn nhăn nhè nhẹ vành tai.

"Phê thiệt nha," chị Út quay sang ôm cổ anh Tám, xiết mạnh.

Nhớ chuyện lúc trước, chị Út vui vẻ nói, "Nghĩ mắc cười quá mà hồi đó em hổng biết."

"Chuyện gì mà mắc cười?"

"Ai đời con gái mà đòi hỏi ở con trai. Sau nầy coi sách em mới hiểu ra."

"Lúc đó em bạo quá!"

"Anh biết sao hôn?"

"Sao?"

"Em bạo phổi đòi hỏi anh vì phụ nữ có thời kỳ trứng rụng mà trứng rụng thì..."

"Anh cũng háo hức lắm - *lửa gần rơm lâu ngày cũng bén*, nhưng anh sợ em trở thành quả phụ khi chưa kết hôn. Anh muốn giữ cho em chớ anh đâu phải thần thánh gì!"

"Hễ có duyên nợ thì cho dầu cách trở thế nào

cuối cùng cũng hợp lại với nhau," chị Út kể điển tích hai vợ chồng Vi Cố.

"Anh nghĩ giống như Chúa Jesus nói *'Vậy, sự gì Thiên Chúa đã phối hợp, loài người không được phân ly.'*" Anh Tám tiếp theo chị Út.

4

Tháng Tư đoàn quân *giải phóng* đội nón tai bèo nói giọng Bắc kéo cờ xanh đỏ sao vàng về Thủ đô Sài Gòn *phỏng giái* tất cả nhà thương, trường học, rạp hát, thư viện, doanh nghiệp tư nhơn…, và các cơ sở tôn giáo, đồng thời lấy nhà mặt tiền đuổi ông bà chủ và con cái đi *vùng kinh tế mới!* "Dân thành phố xưa nay làm công chức hành chánh mà bắt đi làm rừng làm rẫy!" Ba chị nói. "Tao sống tới ba bốn trào, kể cả hồi Tây chiếm nước mình, tụi nó cũng không làm vậy nữa!"

Thiếu úy Tám bị thương đang nằm trong Tổng Y viện Cộng Hòa cùng tất cả thương binh bị đuổi ra ngoài bất kể nặng nhẹ. Nhẹ như anh Tám còn tương đối chịu được, về nhà tự chữa chừng năm mười bữa nửa tháng sẽ lành. Anh chị bất nhẫn nhìn những thương binh nặng: người băng đầu băng tay, người co cái giò đi nạng té lên té xuống; người ôm cái bọc ruột lòi ra ngoài; người còn một chưn, cái kia lủng lẳng từ đầu gối băng còn dính máu me.

"Trời cao có thấu hôn?" Chị Út nghiến răng

muốn nổi loạn, tự hỏi, kêu xích lô chở các thương binh không có thân nhơn về nhà họ. Xong, chắc chắn không còn ai, anh chị đi chung một chiếc. Anh Tám cảm thấy thấm thía trong tình yêu của người thương binh bèn đọc mấy câu hát trong *bài thơ*[1] do Nhạc sĩ Phạm Duy phổ nhạc đã trở thành một trong những bài hát nổi tiếng về tình yêu, chiến tranh, và những hệ lụy của nó. *"Anh trở về trên đôi nạng gỗ. Anh trở về làm khổ đời em…"*

Chị Út rưng rưng nước mắt, bịt miệng anh Tám lại:

"Anh đừng hát như vầy. Em chấp nhận mọi tình huống, miễn là anh còn về với em."

"Bây giờ anh hổng còn nguyên vẹn nữa. Sau khi vết thương lành chắc phải hơi hơi xi-cà-que."

"Kệ nó, làm chinh phụ em chấp nhận tất cả, chớ nhiều người vợ lính quấn khăn tang thì khổ biết chừng nào!"

Một lát đổi buồn làm vui, chị nhắc:

"Nhớ hồi vô nhà anh, chị Năm nói má hỏi em thích ăn gì?" Chị quay sang nhìn anh. "Em nói em

---

1. *Bài thơ do Phạm Duy phổ nhạc một là "Kỷ Vật Cho Em" của Chuẩn Nghị, hai là "Để Trả Lời Một Câu Hỏi" của Linh Phương chớ không phải của Lý Thụy Ý. Chuẩn-Nghị tên thiệt là Nguyễn Đức-Nghị người Phan-Rang, đi khóa 26 Thủ-Đức, viết nhiều thơ đăng trên báo Văn Nghệ Tiền Phong trong trang thơ do Lý Thụy Ý phụ trách. Linh Phương khi đó là Thiếu úy Tiểu đoàn 6 Thần Ưng Thủy Quân Lục Chiến đang hành quân ở Chương Thiện.*

thích ăn cá kèo kho tiêu mà nhiều tiêu. Bữa đó em ăn no nứt bụng!"

Cá kèo - nói tắt của cá bống kèo - thuộc giòng họ xa gần với nhiều thứ cá bống: cá bống dừa, cá bống cát, và cá bống trứng. Cá bống trứng cao cấp nhứt vì theo mùa mới có và hương vị béo bùi độc đáo; cá bống dừa như tên gọi, nó ở vùng nước lợ chuyên sống trong kẹt dừa lá, còn cá bống cát là cá nước ngọt. Đội sổ là cá bống kèo là loại rẻ tiền nhứt như người ta thường so sánh coi hát ngồi tuốt hàng ghế sau chót. Vậy mà cá kèo kho tiêu lại ngon nhứt vì thịt nó mềm và hương vị đậm đà nhứt là ăn luôn cái mật nó có vị nhẫn nhẫn.

"Anh cũng thích món đó," anh Tám nói. "Nhắc tới thấy thèm quá!"

"Để về em kho cá kèo cho anh ăn, hao cơm lắm đó! Trong nhà binh đời nào anh ăn được món nầy."

Ở quê anh Tám chỉ có món duy nhứt và độc đáo là cá kèo kho tiêu mà kho bằng tộ - nếu cái tộ lỡ bể hay đâu mất tìm không ra thì cái ơ đất. Mấy làng khác người ta còn có món cá bống kèo nướng muối ót và cá bống kèo nấu canh chua bông su đũa nữa.

"À, mà nầy," chị Út lại tiếp. "Con Anh Thơ cũng *mặn* món nầy lắm."

"Chớ gia đình mình đâu biết cao lương mỹ vị gì."

Hai vợ chồng nói miên man từ chuyện nầy tới

chuyện khác tạm quên đi cái hình ảnh xô bồ thời kỳ *phỏng giái*.

May mà con Anh Thơ còn đủ cha mẹ. Lúc *trời sập* thì nó đã gần mười tuổi. Càng lớn nó càng giống chị Út như hai giọt nước.

"Hồi đó em nói con Anh Thơ là con riêng của em mà," chị Út giành độc quyền.

"Để coi nó giống anh chỗ nào ta?" Anh Tám đang lẩm nhẩm tính.

"Giống em như đúc hổng giống anh chỗ nào hết," chị Út *dập* thêm.

"Nó học giỏi," rồi anh Tám tự cảm thấy hố. "Ủa! Học giỏi thì đâu giống anh chút nào. Anh là *bùi kiệm* mà!"

"Chịu thua chưa? Nó là con riêng của em mà!"

"À, thấy rồi. Nó chống cộng sản."

"Nó ghét chớ đâu có chống."

"Có ghét mới chống. Hổng ghét làm sao mà chống?"

Chị Út đồng ý với anh Tám:

"Vậy cho nên có bà bỏ chồng lấy bộ đội."

"Tụi nó có quyền có tiền trấn lột dân miền Nam khiến có người dầu muốn dù không bị bắt buộc chịu theo kẻ thù để có cái ăn cái mặc!"

"Chắc hổng biết nhục!"

"Đi thêm bước nữa với *loại người khác* cũng còn thông cảm được."

"'*Ăn quen nhịn hổng quen*' mà!"

"Đó cũng là tự nhiên thôi!" Anh Tám thở dài.

Anh Tám bị xí gạt đi *học tập* một tháng mà hóa ra tới mấy năm chưa về. Chị Út phải làm đủ thứ nghề để sống còn, lo cho con - may mà chỉ có một mình Anh Thơ lúc bận chị gởi cho bà ngoại, và thăm nuôi chồng. Chị đã thấy địa ngục trần gian sau khi miền Nam lọt vô tay giặc mà lúc trước Tổng thống Diệm và Tổng thống Thiệu cảnh cáo mình không tin. Không ai bảo ai, như tất cả vợ lính, *đương nhiên* chị biết *chà đồ nhôm* biết mua bán thuốc tây, biết mua bán đồ lạc-son, biết mua bán đầu bộ đội, biết buôn hàng chuyến hai chiều, biết làm đủ thứ nghề trên đời, và… biết nhảy xe lửa mới dữ - có võ mà!

Chuyện mua bán đồ lậu trong thời kỳ bao cấp củi quế gạo châu thì thế nào cũng có dính líu với mấy thằng bộ đội. Nghe nhiều người không ở trong hoàn cảnh ấy dèm pha, chị tức mình tuyên bố:

"Cái đám nửa người nửa ngợm đó đừng hòng leo lên bụng của con nầy!"

■ nsh-250508 nhuận sắc 25105

ĐÔI MẮT U BUỒN

truyện ngắn

Ở cái xứ nầy không nhiều nhà giàu ruộng sâu trâu nái nên ai cũng biết gia đình Tám Cừ. Do truyền thống dòng họ, anh có học ít nhiều chữ nghĩa nhưng lại không ra làm việc cho nhà cầm quyền. Thấy anh ở nhà không có chuyện gì làm cứ long nhong nên ông bà già bắt cưới vợ, con gái của một gia đình môn đăng hộ đối. Trong vòng mấy năm chị đẻ đều đặn cứ cách năm một đứa, đặt tên là thằng Thìn và thằng Ngọ - chết yểu hồi nhỏ, nên lối xóm không cần hỏi cũng biết đứa nào bao nhiêu tuổi. Đẻ tới con Thân thì chị Tám ngưng ngang.

Ông bà già qua đời để lại ngôi nhà ngói ba gian và một cặp trâu cùng với mấy mẫu ruộng nhưng anh có vẻ không chí thú làm ăn mà muốn làm anh hùng cách mạng. Hồi Việt minh mới nổi, anh thấy chủ trương hây, "Đánh đuổi đế quốc Pháp và phát xít Nhựt giành lại độc lập hoàn toàn cho Việt Nam," bèn đi theo họ làm cán bộ tuyên truyền ở xóm ai cũng biết. Sau, Tây đánh hơi biết được nên anh ly khai luôn mà đi biền biệt. Lúc đó chị Tám chắc khoảng ba mươi hay ba mươi mấy tuổi muốn đẻ nữa mà không có lý do.

Đàn ông thanh niên ở ấp Phước Hưng-ngoài nầy nhảy vô bưng theo Việt minh nói là đi kháng chiến tới năm 1954 không có ai về. Thành ra trong xóm toàn đàn bà vá *ở vậy* chờ chồng nuôi con. Bỗng nhiên sau đình chiến lại xuất hiện một anh trung niên có đôi mắt đặc biệt biết cười quyến rủ cất một cái chòi lá ở trên miếng đất của bà Sáu. Anh thứ chín cũng là em áp út của bà Sáu, quả phụ của ông Hương giáo Được. Chắc trừ các nhơn viên hội đồng xã ở tận ngoài chợ, người ta không ai biết tên anh mà chỉ gọi là anh hay ông Chín-chòi tùy theo vai vế.

Trong thời gian dài người ta không thấy một người đàn bà hay phụ nữ nào ra vô trong gia đình anh nên thắc mắc, anh trả lời cho qua chuyện, "Nhà tui theo kháng chiến bị Tây bắt thủ tiêu hồi năm nẫm." Tụi nhỏ hầu như không biết mặt mẹ, theo năm tháng cứ lớn dần bên người cha gà trống nuôi con. Anh có thói quen dậy sớm từ sau lúc gà gáy bận nhì, pha trà và quấn điếu thuốc rê ngồi một mình tại cái bàn cũ ọp ẹp, móc bóp lấy cái hình đã ố vàng của người phụ nữ ngẩn ngơ nhìn với ánh mắt u buồn một hồi rồi cẩn thận cất vô.

Người ta chỉ biết anh Chín-chòi có hai đứa con xấp xỉ với nhau hồi mới đẻ đặt tên theo bốn mùa là Été và Automne. Sau khi tiếp thâu từ Pháp, chánh phủ quốc gia bắt đổi lại theo tiếng Việt thành ra con Hạ và thằng Thu. Những người có đi học thắc mắc nếu đặt tên theo kiểu ấy thì ắt phải có một thằng anh hoặc con chị tên Xuân rồi mới tới con Hạ và thằng Thu. Mặc dầu tuổi tác có hơi chênh lệch, hai đứa nó học cùng lớp với đứa con gái của chị Tám - con Thân - ở trường tiểu học Rạch Kiến thuộc xã Long Hòa.

Sáng sáng tụi nhỏ hẹn nhau tại ngả ba Trụ Đá là ranh giới hai xã Long Hòa và Phước Vân theo chiều nam-bắc và đồng thời nó cũng là lằn ranh của hai ấp Phước Hưng-ngoài và Phước Hưng-trong theo hướng đông-tây bằng con đường lộ đất chạy thẳng ra chợ Rạch Kiến là thị trấn của xã Long Hòa. Ngả ba Trụ Đá nầy lập ra từ hồi Tây - mặc dầu bấy giờ cái trụ đá không còn nữa - nằm khoảng giữa hai nhà toàn ruộng lúa nên mỗi khi người nầy bước ra khỏi nhà thì người kia đều nhận diện.

Lúc đầu *tình cờ* hai người gặp nhau nói chuyện trời trăng mây nước. Trong khi chị Tám bị *khủng hoảng* vì một con người tướng tá phương phi khôi ngô tuấn tú và nhứt là đôi mắt nhìn như thấu tâm can thì anh Chín mở lời:

"Bộ bữa nào cô cũng đưa cháu ra đây hả?"

"Dà! Thỉnh… thỉnh thoảng thôi, anh," chị Tám chưa hoàn hồn trả lời.

"Con cháu giống cô quá ha!" Anh nhìn con bé xong xoay qua chị Tám.

Chị Tám cười nhìn anh đáp lễ chưa nói gì thì anh Chín tiếp:

"Con bé thiệt dễ thương."

Chị Tám nghĩ, *Chà, bắt đầu thả dê đây. Nó dễ thương hay má nó dễ thương,* cười mỉm chi trả lời:

"Ai cũng nói con Thân giống tui."

"Dà! Giống cô như hai giọt nước. Nhờ giống cô mà…"

Chị Tám cười ngắt lời:

"Anh cứ nói…!" chị mắc cỡ bỏ lửng. "Còn thằng lớn giống ổng."

"Vậy anh nhà đâu rồi?" Anh Chín *điều tra* đã biết nhưng vẫn muốn chị Tám nói ra.

"Ông nhà tui hy sanh hồi Chín Năm."

"Hồi đó tui cũng đi nhưng sau đình chiến tui hồi cư."

"Sao dìa mà hổng đi tập kết?"

"Thôi! Đóng góp vậy đủ rồi, cô," anh Chín ngao ngán trả lời.

Chị Tám chuyển sang giả bộ tò mò hỏi:

"Anh sống chỉ một mình hả, anh Chín?"

"Cô biết rồi mà còn hỏi," anh Chín cười nói thêm. "Với hai đứa nhỏ chớ sao một mình được?"

"Cái anh nầy!" Chị Tám vừa cười vừa khoát tay như muốn đánh anh một cái.

Phân nửa vầng dương đã ló dạng ở đường chưn

trời phía đông hướng chợ Rạch Kiến. Những tia sáng dần dần xóa tan sương mù vây quanh để nhìn khá rõ khuôn mặt ửng hồng màu hành phúc của chị Tám đã lâu lắm rồi thiếu dương tánh mà anh Chín đem lại thật kịp lúc. Không máy đo tâm điện đồ mà trong mỗi người ai cũng biết tim chị Tám và của anh Chín đập cùng một nhịp.

Tụi nhỏ đi lâu rồi mà hai người còn đứng đó nói chuyện đẩy đưa, chị thấy hơi ngại bèn nói:

"Mời anh bữa nào rảnh ghé nhà uống nước trà."

"Cô hổng sợ má la sao?" Anh Chín tưng tửng.

"Má đâu mà la?" Chị Tám nguýt anh một cái dài.

Cơ hội ngàn năm một thuở, anh Chín mở cờ trong bụng cười nói liền:

"Bữa nay tui rảnh nè!"

Cho dù biết anh Chín đang ve mình, chị Tám ngạc nhiên không ngờ anh *tiến công* mau như máy bay:

"Vậy để tui dìa trước rồi lát nữa anh tới," vừa bước đi vài bước chị Tám ngoái lại nói thêm. "Giờ nầy chắc thằng Thìn dắt trâu ra đồng rồi!"

Sau bữa anh ghé nhà uống nước trà thì điểm hẹn được dời đi không còn ở ngả ba Trụ Đá nữa. Thỉnh thoảng anh Chín vẫn lấy hình ra ngắm người bạn đồng song mà hồi đó rủ nhau bỏ học nhảy vô bưng đi kháng chiến, ngập ngừng nói "Anh xin lỗi em" mà lòng ngổn ngang trăm mối. Ít nữa cũng mười năm kể từ ngày chị *bị hy sanh,* thì anh Chín một thân một mình bảo bọc mấy đứa con cho dầu có hay không có lời trăng trối của chị. Tuy nhiên, những khi trái gió trở trời anh cũng cảm thấy cô đơn nhứt là khi hai đứa con khá trọng và ba đứa nhỏ lại là bạn bè thân thiết.

Gần đây người ta thấy chị Tám không còn lam lũ quần ống cao ống thấp như lúc trước. Chỉ khi ra ruộng chị mới mặc bà ba đen, còn ngoài ra áo cổ trái tim hơi màu mè một chút khiến chị trông sáng sủa và nổi bật lên như một bông sen hồng trong ao sen trắng. Mà cũng vì vậy mà chuyện anh Chín ve được chị Tám trở thành đề tài đàm tiếu của cả xóm đàn bà vá mà có người nói là họ ganh tị với chị Tám. Anh Chín thiệt có cặp mắt nhìn xa trông rộng: Trong số mục tiêu cần dứt điểm trong xóm, chỉ chị Tám có đi học nên biết chút ít chữ nghĩa.

Từ ngày anh Chín ghé nhà uống nước trà, chị Tám có lý do đẻ thằng Út. Thấy một kiểng hai quê bất tiện, anh Chín định dẹp cái chòi lá cất lên cái nhà ngói ba căn.

Anh Chín vừa cười nói:

"Bây giờ hết Chín-chòi rồi hổng biết người ta kêu là Chín gì đây?"

"Thì kêu Chín-cừ," chị Tám ghẹo anh. "Chớ hổng lẽ kêu Chín-chòi hoài."

Quay sang vụ cái nhà, chị Tám can:

"Nhà chi bự quá ở sao hết?"

"Đâu có ai cất nhà ngói mà một căn hay hai căn. Mẫu mực là phải ba căn hai chái, nhưng nếu mình không muốn thì có thể hổng cất hai chái nữa."

"Chỉ có ba cha con. Tụi nó cũng trọng cải rồi mai mốt đây tụi nó đi Sài Gòn học thì nhà vắng hoe."

Ngẫm nghĩ một lát, anh Chín nói:

"Tui có cái ý của tui."

Chị Tám nghi ngờ nhìn anh, không hiểu:

"Ông có ý gì nói nghe coi?"

"Ý của tui là biểu má thằng Út đem con dìa đây ở với tui."

Chị Tám ngại ngùng:

"Vậy kỳ hôn?"

"Mình có con rồi mà kỳ gì? Ai cũng biết tui với bà chấp nối chớ có phải *mèo mả gà đồng* gì đâu!

"Bộ bỏ nhà thờ hả?"

"Bỏ gì? Giao cho thằng Thìn. Nó là con trai lớn, ở nhà từ đường thờ phượng ông bà là đúng rồi."

Tưởng đẻ tới thằng Út thì nghỉ. Không ngờ tới khi thằng Út chuẩn bị học lớp Năm thì chị lại mang bầu.

Chị nắm tay anh mắc cỡ nói:

"Tuổi nầy mà mang cái bụng thè lè thấy kỳ quá!"

"Kỳ gì? *Nghỉ chơi* mới hết đẻ," anh ngó quanh không có đứa nào bèn hun lên gò má chị một cái, hỏi khó ghẹo chị. "Má thằng Út muốn *nghỉ luôn* hôn?"

Chị mắc cỡ đập vai anh:

"Cái ông nầy!"

"Vợ chồng ông gì ba má của thằng Tám Cao đẻ tới mười một mười hai đứa mới nghỉ. Sách *Hôn Nhơn và Gia Đình* nói đàn bà chừng nào hết trứng mới hết đẻ."

"Ông nói chớ sách nào nói," chị quay lại chuyện bầu bì. "Vậy đặt tên con là gì?

"Bà có chắc là sau lần nầy nghỉ luôn hôn?" Anh hỏi gặng.

"Sao dám chắc được!"

"Vậy trai gái gì cũng đặt là Út-nhứt."

"Vậy ông còn muốn tui đẻ nữa hả?"

"Tại chưa chắc *thôi* thì có thể còn nữa."

"Đẻ nữa thì Út-nhì Út-ba..." bà chịu phép, đồng tình. "... Út-tư Út-năm... đẻ chừng nào hết trứng thì thôi cho ông vui."

"Bộ bà hổng vui chắc?"

Tưởng vậy nhưng thực ra sau thằng Út-nhứt thì chị nghỉ luôn.

Sau khi im tiếng súng, hòa bình lập lại thì cái bàn thờ ở căn kế bên ngoài có hình của thằng Printemps, lại thêm ảnh của con Hạ và con Thân. Hai đứa nầy có tâm hồn nghệ sĩ giỏi ca hát nên lúc đầu ở trong ban văn nghệ tuyên truyền xã, sau vô bưng học biên đạo múa rồi tới khi mặt trận nổi lên thì công tác ở đoàn văn công tỉnh Long An. Thoát chết trong trận "Tấn công và Nổi dậy" năm Mậu Thân 1968, trên đường rút qua khu Mỏ Vẹt cả đoàn bị phục kích chỉ còn sống sót có mấy mống mà xui là không có hai đứa nó.

Thành ra bấy giờ ngôi nhà trống ba gian ngoài thằng Út-nhứt chỉ còn hai vợ chồng già. Đôi mắt quyến rủ biết nói hồi thanh niên khi nhìn đứa con gái nào thì đứa đó ắt bước đi lẹo cẳng. Cũng cặp mắt ấy, hồi trung niên một thời nó đã khiến bao nhiêu đàn bà con gái trong xóm rung động giờ đây như vô hồn. Định khi nào thuận tiện thì mới chưng ảnh bà Chín, ông lại mở bóp lấy hình vợ, một người phụ nữ thùy mị đoan trang từng thề non hẹn biển đi trọn hết đoạn đường đời, lẩm bẩm một mình, "Anh xin lỗi em!"

Ông nhìn lên bàn thờ ba đứa con, nơi cái đèn hột vịt leo lét như một nỗi nghẹn ngào. Ông nói mà như than một mình:

"Ba đứa đàng trong, hai thằng đàng ngoải."

Bà Tám dụi mắt tiếp lời ông:

"Tui cản con Thân mà hổng được. Nó nói nó theo gương ba nó thì tui cũng đành bó tay luôn."

"Tui cũng đâu cho con Hạ đi," nhìn bà thông cảm, ngừng một lát ông tiếp. "Có những điều mình không thể nói hết với tụi nhỏ được."

"Phải hồi đó mình bỏ đi sớm thì đâu có mất hai đứa con gái," bà Chín ngậm ngùi tiếc nuối.

"Ờ phải, khi họ gom vô ấp chiến lược thì mình đi là đúng lúc mà lại hổng đi," ông Chín nghĩ mình ngu. "Tới khi giải tỏa lại trở dìa nhà rồi dính cứng ngắt ở đây luôn."

"Tại ông bà tổ tiên ở đây mình không nỡ bỏ," bà Tám nói một câu an ủi.

Thằng Thu và thằng Út lên Sài Gòn học rồi tới khi nghe tin *mấy ổng* bắt thanh niên đi lính đàng trong thì không dám về nữa. Lúc tình hình găng tụi nó tình nguyện đi lính luôn để khỏi bị động viên. Tụi nó còn nói nếu không *xanh cỏ* thì cũng *đỏ ngực*. Hên là cả hai anh em nó không *xanh cỏ* mà cũng không *đỏ ngực*. Ai cũng khen gia đình ông Chín-cừ có phước: hai thằng con trai đều làm quan hết. Thằng Thu đã lên tới quan ba, còn thằng Út nếu *trời chưa sập* thì bông mai vàng cũng lấp lánh trên cổ áo. Thiệt giống như chuyện *Tái Ông Thất Mã!*

Vẫn với đôi mắt u buồn, ông Chín hỏi thằng Út:

"Có nghe tin tức gì của anh Thu mầy hôn?"

"Nghe nói sư đoàn di tản về tới Long An định tái cấu trúc."

"Rồi sao nữa," ông nôn nóng hỏi.

"Rồi ông Minh đầu hàng, biểu buông súng."

Ông Chín nóng ruột:

"Cứ nói dần lân hoài. Rồi anh Thu mầy đâu?"

"Cấp chỉ huy biểu 'Các anh em tự xử đi. Tới nước nầy thì hổng còn lịnh lạc gì nữa.'"

"Giờ nầy mà nó hổng dìa chắc đã tử trận hoặc bị bắt rồi," ông ngao ngán lắc đầu.

Sau thời gian thăm dò tin tức, thằng Út trở về tường trình:

"Anh Thu đang làm đại đội trưởng đâu thể bỏ lính mà dìa được," nó nói tiếp. "Ảnh hổng chịu buông súng mà dắt một số lính đi vô rừng luôn."

"Vậy sớm muộn gì *tụi nó* cũng sẽ tới nhà mình," ông Chín vấn điếu thuốc rê, trầm ngâm một lát, hớp một ngụm trà. "Con dắt thằng Út-nhứt lên Sài Gòn đi, đừng dìa đây nữa. Để tao tính."

"Sao vậy, ba?" Thằng Út chưng hửng.

"Ở dưới nầy mai mốt tụi nó bắt luôn mầy," ông Chín nói như khẳng định. "Tưởng chuẩn úy thì tụi nó tha mầy hả?"

"Tụi Quân quản nói chỉ thiếu úy trở lên mới…"

Ông Chín ngắt ngang:

"Đừng có tin những gì tụi nó nói. Tao từ trong ruột tụi nó tao ra đây."

Ông Chín bật hộp quẹt đốt điếu thuốc nhìn khói bay tản mạn mơ màng nhớ hồi đình chiến lần trước ông trở về nhưng chú Mười nằng nặc đòi đi tập kết:

"Chừng hai năm chớ lâu lắc gì."

"Nói vậy chớ hổng phải vậy đâu. Chú thấy những gì họ làm ở miền Bắc và ở miền Nam trong ba trăm ngày tập kết hôn?" Anh Chín nhìn thằng em, thương hại. "Họ đã chuẩn bị đó…"

"Chuẩn bị gì, anh?"

"Ở miền Bắc nó tìm đủ mọi cách ngăn cản hổng cho người ta vô Nam. Còn ở miền Nam thì gieo hột giống - hột giống đỏ đó - qua những đám cưới tập thể," anh tiếp. "Ngoài ra, nó còn lựa chọn những cán bộ nòng cốt gài ở lại nữa."

Nhưng chú Mười bất kể:

"Đó là chánh sách của đảng mà. Để tui dắt thằng Printemps đi, lo cho nó đi học Liên-Xô may ra mới có thể làm lớn được."

"Sao mà làm lớn được?"

"Miễn là trung thành với đảng và nhà nước là được."

Anh Chín thấy chú Mười có vẻ không tin nên tiếp. "Thôi, nếu chú muốn tập kết thì đi một mình đi."

Vậy mà chú Mười mánh mung qua mặt anh Chín dắt thằng Printemps đi luôn.

Hai mươi năm sau chú *hồ hởi* theo đoàn quân chiến thắng trở về, ông Chín hỏi:

"Thằng Printemps đâu?"

"Nó đi B từ năm Sáu Bảy."

"Rồi nó đâu rồi?"

"Không tin tức gì. Chắc nó hy sinh rồi."

"Tui đã đoán biết chuyện ấy," ông Chín trầm ngâm, đôi mắt ươn ướt. "Chị Chín chú hổng phải Tây thủ tiêu đâu mà… đàng mình đó. Tụi nó nghi bả làm gián điệp!"

Chú Mười ngó người nhưng vẫn nói:

"Tui sợ anh nghe lầm hiểu lầm sao đó."

"Lầm sao được, chú!"

Ngẫm nghĩ một lát, ông Chín nói:

"Tui chỉ nói chuyện quá khứ chớ chưa nói về tương lai."

Chú Mười làm thinh. Ông Chín lại tiếp:

"Tưởng hòa bình kiểu gì chớ hòa bình kiểu nầy

thì thà chiến tranh còn tốt hơn!"

"Nhân dân cả nước muốn sao anh không muốn?"

"Đảng muốn chớ nhơn dân nào muốn? Có những chuyện *thâm cung bí sử* chú hổng biết đâu."

Chú Mười vẫn tỏ ra nghi ngờ, ông Chín tâm sự tiếp:

"Chỗ tình anh em tui nói thiệt mà hổng sợ chú báo cáo. Tin, thì chú cứ tin đi. Bây giờ nó cho chú làm gì trong tỉnh ủy Long An, chú tưởng bền chắc? Sau ít tháng hoặc cùng lắm là một năm, chú sẽ biết tất cả!"

Và đúng như kinh, đâu chừng hơn một năm - về thời gian nầy ông Chín nói sai - chú Mười *được phục viên* để nhường chỗ cán bộ từ miền ngoài vô thế.

■ nsh-250620-nhuận sắc 251006

ĐỔI NGHỀ LÀM ĂN

truyện ngắn

(tặng Cao Nguyên, Lê Hoài Niệm, và Quan Dương)

1

Như mọi ngày các đội đều tập họp tại sân cờ chuẩn bị đi lao động khổ sai. Cán bộ trực ban đọc tên một số cải tạo viên ở lại trại *làm việc*. Đại diện nhà tù nói các anh cải tạo tốt và chấp hành đường lối sáng suốt khoan hồng nhân đạo của cách mạng nên được tha về sum họp với gia đình, làm một công dân lương thiện. Nhưng anh Châu tự cảm thấy càng cải tạo anh càng phản động, càng khinh bỉ, và càng căm ghét bọn xâm lược giả nhơn giả nghĩa. Cuối cùng sau khi anh được *thân ái tặng* bảy mươi đồng thì một cán bộ dắt ra khỏi cổng trại phóng thích từ nhà tù nhỏ ra nhà tù lớn.

Chiếc xe do mấy người tù mướn ì ạch nằm đường mãi tới xế chiều mới đến ga La Hay. Không thể không ghé thăm anh bạn tù Đại úy Phan Thanh Mùi nằm liệt giường được trại thả về cho đỡ mang tiếng. Nhìn vóc dáng bịnh nhơn ngồi dậy không nổi, ai cũng biết tuổi thọ của ảnh tính từng ngày từng giờ. Hồi ở Suối Máu, sau cái vụ anh Thiếu tá Trần Văn Bé trốn trại bị xử bắn, vậy mà nhơn lúc đi lao động anh Mùi vẫn trốn trại. Trốn đâu không trốn nhè lủi vô nhà tụi *kách mệnh ba mươi* nên bị bắt lại và bị dần mềm xương chết lên chết xuống!

Đang sống với một đứa con gái duy nhứt trong căn nhà đơn sơ mua từ hồi anh còn đi lính đóng gần đây mà một phần do cha mẹ hai bên phụ tiền, bà xã anh cho biết hồi ảnh bị nhốt conex ở trại K-3 Suối Máu chị dắt con về tá túc nhà ba má anh Mùi ở Biên Hòa nhưng tụi nó đâu có cho đi thăm nuôi. "Em mừng tưởng ảnh đổi ra ngoài nầy gần gia đình. Hóa ra ảnh *sắp đi* tụi nó mới thả. Chắc tụi nó sợ mang tiếng để tù chết nhiều quá!"

"Rồi chị với cháu sống sao?" Tụi tôi hỏi.

"Vất vưởng qua ngày, anh ơi! Người của mình hồi xưa tụi nó đâu có xài - nếu có thì lưu dụng một thời gian cho tới khi tụi nó quen việc," chị nhìn các anh qua một lượt nói một hơi dài. "Chồng đi cải tạo thì vợ ở nhà ai cũng đổi nghề hết: Giáo sư giáo viên thì *mất dạy*, còn công chức thì bị *cám ơn*. Hồi đó em là nhơn viên kế toán ngân hàng dĩ nhiên cũng bị đuổi. Tất cả đều đổi nghề - làm cái việc mà xưa nay có bao giờ mình nghĩ tới. Tự nhiên biết mua gánh bán bưng, bán xôi bán bắp, bán thuốc tây thuốc lá, buôn chuyến hai chiều, đủ nghề hết… và nhảy xe lửa. Như em ở tại nhà ga nầy thì bổ đồ đem vô trong Nam bán và mua hàng trong đó chở ra ngoài đây."

Các người tù ngậm ngùi mà an ủi từ giả người bạn tù. Không ai biểu ai mà từng người lần lượt tới ôm và hun lên trán anh Mùi mà chẳng nói thêm một lời - không còn lời nào để nói, và đôi mắt người nào cũng đỏ hoe. Nôn nóng sau thời gian dài không gặp vợ con, mấy anh tù dân địa phương được thả hăm hở tự động kiếm cách sớm nhứt về gia đình sau cái bắt tay từ biệt với lời hứa hẹn "Hổng biết chừng nào mới gặp lại!" Riêng anh Châu ngủ lại một đêm với anh Mùi. Tâm sự một chiều nhắc kỷ niệm xưa, anh Mùi chỉ gật đầu hoặc lắc đầu và trả lời ngắn gọn yếu ớt.

Sáng hôm sau anh Châu tìm cách ra Tuy Hòa tìm người bạn thân thì anh nầy ở tù cũng chưa về. Thấy anh Châu đứng ló ngó, một người mặc quần nhà binh tới hỏi:

"Cải tạo mới được tha phải hôn?"

"Mới được thả - *thả* chớ hổng phải *tha*," anh sửa lại. "Sao anh biết tù cải tạo mới được thả?"

"Dòm tướng là biết," anh ta tỏ ra rành sáu câu. "Tui làm cái nghề nầy ở đây lâu lắm rồi."

Anh Châu cười. Anh xe ôm hỏi tiếp:

"Vòng vòng ở đây có hai trại cải tạo lớn nhứt. Anh ở trại nào? A-20 hay A-30?"

"A-20 Xuân Phước."

"Anh về thành phố phải hôn?"

"Tui về Sài Gòn."

"Ở đây hổng có xe về Sài Gòn. Nó chỉ chạy tới Nha Trang thôi. Nhưng giờ nầy cũng hết xe rồi."

"Vậy mai có hôn?"

"Sáng mai mới có."

Anh Châu nghĩ nên hỏi anh xe ôm một câu chơi:

"Mà nầy! Sao biết tui về Sài Gòn?"

"Cũng nhìn mặt mũi tướng tá thôi," anh cười ranh mảnh. "Giấu tui làm chi, ông thầy!"

Anh Châu an nhiên tự tại không tỏ thái độ lo lắng - *cùi mà sao sợ lở* - kiếm cái bàn ghế trống hay chỗ góc kẹt nào đó nghỉ đỡ một đêm. Khách hàng đã giãn dần nhường không gian cho đủ hạng người chuyên sống về đêm. Gió hiu hiu đem cái lạnh Trường Sơn về miền duyên hải nhưng anh đã quen ngủ nhà tôn gió lùa từng cơn rởn tóc gáy và giường xi-măng trong xà-lim buốt giá. Mặt trời xuống gần tới đọt cây ở chơn trời để lại vài vệt ráng chiều giăng ngang in hình ảnh những đàn chim bay về tổ ấm.

Tự nhiên anh nhớ những buổi chiều ngồi cạnh giàn bông giấy trước hiên ngôi nhà mình sanh ra và lớn lên nhìn mây bay về phương trời vô định mà mơ một khung trời mây trắng trời xanh, nhớ người mẹ sau khi cha qua đời ở vậy nuôi hai anh em khôn lớn. Anh không biết bà má và con Diệp bây giờ ra sao mà suốt thời gian ở tù anh là *con bà phước*. Hồi anh ra đi, má anh đã làm quen với tử thần qua từng cơn suyễn.

Như có thần giao cách cảm nửa muốn lờ đi nửa muốn làm quen, anh xe ôm trong lòng phân vân đi theo tới chỗ, mở lời:

"Anh tui cũng ở tù cải tạo."

Nghe nói *tù cải tạo*, anh Châu quay lại hỏi:

"Cải tạo ở đâu?"

"Tuốt ngoài Bắc."

"Có đi thăm hôn?"

"Chị dâu tui đi," anh ta cất giọng buồn buồn. "Hơn một năm sau mới biết tin mà chỉ đâu có tiền đi liền."

"Rồi sau nầy có gặp hôn?"

"Gặp. Mỗi lần đi mất nửa tháng là ít!"

"Còn anh, có vợ con gì chưa?"

"Có rồi. Chỉ một thằng hà."

"Tui thấy anh bận quần nhà binh, hồi đó có đi lính hôn?"

"Có. Mà tui hổng bị cải tạo," anh ta cười méo mó. "Trung sĩ quèn hà."

"Ngành nghề gì trong nhà binh?"

"Trung đội trưởng tác chiến Biệt Động Quân."

"Dữ ha! *Biệt Động Quân -sát!* Đổi nghề lâu chưa?"

"Sau khi gãy súng, làm đủ nghề: buông cái nầy bắt cái kia. Tại thời cuộc mới lưu lạc tới Tuy Hòa nầy mưu sanh."

"Ở đây làm ăn có đủ sống hôn?"

"Trời sanh voi sanh cỏ, mà anh"

"Bà xã trước làm gì?"

"Thơ ký hành chánh."

"Còn chị dâu?"

"Chị tui dạy cô giáo một thời gian rồi cũng *mất dạy* vì anh tui là sĩ quan."

"Tui có người bạn cùng khóa. Ảnh gốc Nha Trang, đâu ở Ninh Hòa thì phải."

"Anh Thành của tui là đại úy Pháo binh."

Anh Châu nghe cái tên quen quen, liền hỏi:

"Cái gì Thành?"

"Nguyễn Chí Thành."

"Đúng rồi: Anh Thành là bạn cùng khóa cùng trung đội với tui trong Thủ Đức đó," anh Châu nhớ ra. "Nhà có tiệm sửa xe hơi ngay tại ngả ba Ninh Hòa phải hôn?"

"Đúng một trăm phần trăm."

"Lúc tui học điều chỉnh tác pháo binh ở Dục Mỹ có ghé nhà chơi."

"Chắc lúc đó em đi lính rồi," anh xe ôm nhìn *bà con* rồi đổi cách xưng hô.

Anh ta nhìn anh Châu giải thích thêm. "Ba em đặt tên con ngộ lắm, lấy tên đứa trước làm chữ lót đứa sau bất kể trai hay gái. Em là Nguyễn Thành Tâm. Con em gái của em là Nguyễn Tâm Phượng."

"Anh Thành giới thiệu cô em bà con tên Phùng Mai Hoa. Chắc lúc đó cô Phượng còn nhỏ."

"Con Hoa là em bà con cô cậu với tụi em đó. Rồi có thành gia thất hôn?"

"Hổng thành. Bây giờ cổ ra sao?"

"Nó có chồng có con rồi. Hồi trước nó làm thơ ký gì đó ở Trường Pháo binh Dục Mỹ, bây giờ cũng đổi nghề."

"Đổi nghề gì?

"Mua cái gì cũng bán - bán cái gì cũng mua!" Anh Tâm hậm hực nói thêm. "Tiệm sửa xe bị tịch thâu. Ba em từ làm chủ đổi thành nhơn viên. Sau đó ba em thất chí buồn tình qua đời mấy năm nay rồi.

Với vẻ mặt buồn rười rượi, anh nói tiếp:

"Em được hoãn gia cảnh nhưng thi rớt tú tài với hơn nữa bị bồ cho leo cây, buồn quá bèn tình nguyện đi Đồng Đế ra trường đăng lính Cọp Ba Đầu Rằn."

"Tui cũng được hoãn gia cảnh mà bị thất tình nên trốn nhà tình nguyện đi lính luôn."

Khóa của anh Châu gồm đủ thành phần xã hội, từ rớt tú tài đôi tới công chức chánh ngạch, từ bất phục tòng tới tiến sĩ thiệt từng dạy đại học, có cả bác sĩ nha sĩ dược sĩ. Nhưng anh thuộc lính tình nguyện lúc mới mười chín tuổi, được coi như trẻ nhứt, khờ nhứt, và… mạnh khỏe nhứt. Trong khi đó người anh của anh xe ôm nầy đã thành danh ngoài đời rồi.

"Nhớ anh Thành kể ảnh là giáo sư công nhựt đồng hóa nhờ ảnh có hai ba chứng chỉ toán ở đại học. Hoãn hai ba lần rồi cuối cùng cũng bị động viên đi Khóa 21."

"Vậy tối nay anh về nhà em nghỉ đỡ rồi mai tính sau," Tâm do dự một chốc rồi tiếp. "Nếu anh hổng chê nhà em nghèo chật hẹp."

"Buồn ngủ gặp chiếu manh mà chê gì!" Anh Châu *chấp thuận* lời mời!

2

Chở anh Châu vừa về tới nhà, anh chàng xe ôm - bây giờ biết là Trung sĩ Trung đội trưởng tác chiến Nguyễn Thành Tâm - kêu vợ con ra chào. Người vợ là một phụ nữ với nhan sắc trung bình nhưng lanh lợi và hoạt bát như anh ta. Thằng con trai ngoan ngoãn dạn dĩ.

Anh Tâm giới thiệu với bà xã:

"Anh nầy là bạn cùng khóa của anh Thành, bữa nay mới được thả từ trại tù Xuân Phước," quay sang anh người tù. "Hồi nãy giờ quên hỏi tên anh."

"Anh là Ngô Minh Châu."

"Cũng Đại úy như anh Thành hả?"

Anh Châu gật đầu. Anh Tâm biểu vợ:

"Em lo cơm nước, sai thằng Thiện mua mấy chai bia."

"Em biết rồi," chị vợ cười tỏ ra đã biết trước. "Bia lên cơn chớ bia chai gì. Bây giờ mà anh còn mơ bia con cọp - Cọp Ba Đầu Rằn hả?"

"Ờ quên nữa," anh Tâm cười giả lả.

Tiện thể, anh Tâm khoe nơi trú ngụ:

"Cái nhà nầy - nếu gọi là cái nhà, tụi em *xây dựng* từ đồ phế thải - đồ phế thải xã hội chủ nghĩa cũng phải mua chớ hổng phải như thời mình đâu!" Anh Tâm có đôi chút hãnh diện. "Tự em làm lấy hết đó!"

"Đổi nghề thành *thầu khoán* làm chủ *công ty xây dựng* ha!" Anh Châu cười.

"Tự nhiên mình biết nghề không cần phải đi học trường lớp nào hết."

Anh Châu quan sát ngôi nhà vách đất nhồi rơm có lối thoát hiểm phía sau và cái cửa phên liếp. Từ ngoài bước vô, phía bên phải sát vách là cái *bàn thờ* bằng ván thùng đạn pháo binh de ra chừng hai gang tay, bức hình Phật Thích Ca treo sát vách. Giữa nhà choáng một khoảng không gian nhỏ là cái bàn ăn vuông vức một thước cũng bằng gỗ đạn pháo binh. Chỗ nằm của vợ chồng là hai cái giường sắt nhà binh bên trên kê tấm ván ép cho rộng ra và lại lót thêm mấy cái mền vải cũ cho êm, bên ngoài che tấm ri-đô bông trắng ngả màu. Anh Tâm nói:

"Tội nghiệp hổng có chỗ cho thằng con. Nó ngủ trên tấm ván lót cái mền cũ," anh chỉ tấm ván. "Ban ngày dựng lên sát vách đó."

Với lòng hiếu khách chơn tình cố hữu, Tâm nói:

"Lát nữa anh ngủ trên giường, còn vợ chồng em với thằng Thiện trên tấm ván."

"Bậy nà, ai làm vậy coi được. Để anh sắp xếp cho: anh sẽ ngủ với thằng cháu Thiện."

"Một bữa đâu có sao," Tâm cố vớt vát.

Anh Châu nhìn người chủ nhà, cười:

"Lịnh là lịnh không được cãi nha."

"Tuân lịnh," vừa nói, anh Tâm rót bia ra ly mời. "Bữa nay tình cờ gặp anh là bạn của anh Thành em coi như hội ngộ. Mình cụng ly gọi là tương giao đi."

"Mừng hội ngộ," anh Châu bưng ly lên cụng một cái nhìn quanh thấy bà xã anh Tâm đi ra sau hè. "Làm sao sanh hoạt vợ chồng?"

Anh Tâm hơi ngượng, cười:

"Đợi cho thằng nhỏ ngủ mới hành sự. Còn ban ngày thì dụ thằng nhỏ đi chơi hay sai nó đi đâu đó lâu lâu," ngừng một lát anh tiếp. "Hơn nữa cả hai đứa làm đầu tắt mặt tối lâu lâu mới một lần!"

Anh Châu đổi đề tài:

"Tụi nhà cầm quyền có làm khó để gì hôn?"

"Hồi đầu găng lắm - nhứt là tụi *kách mệnh ba mươi* - nhưng bây giờ sáng mắt hết rồi," ngẫm nghĩ một lát, anh tiếp. "Đa số nhơn viên là người thời mình. Tụi nầy được giáo dục hồi trước dù gì cũng đỡ hơn."

Anh Tâm nhìn vợ lại quay sang anh Châu nói:

"Với lại hồi trước em còn ở dưới Ninh Hòa. Lưu lạc nhiều nơi tới đây gặp vợ em mới chọn nơi nầy làm quê hương đó."

Anh Châu nhìn người phụ nữ lam lũ nhưng còn nét *chữ nghĩa* ẩn hiện trong cách ăn nói và cư xử:

"Hồi đó thím làm thơ ký hành chánh, còn bây giờ làm gì?"

"Bây giờ em là *doanh nhơn xã hội chủ nghĩa*, cái gì

có lời là mua đi bán lại.”

“Sau khi *trời sập*, từ công chức đổi nghề thành *doanh nhơn xã hội chủ nghĩa* có khá hơn hôn, thím?” Anh cười mà trong lòng cay đắng.

“Đủ khoai lang khoai mì cho con cái ăn là may phước lắm rồi, anh.”

Người cựu công chức không thể không kể lể thêm:

“Hồi đó chính công chức mới thiệt sự là nô bộc của dân, mình lịch sự và lễ độ, một điều dạ thưa hai điều dạ thưa, hổng dám làm mích lòng dân. Nếu bị báo chí phản ảnh thì thế nào cũng bị khiển trách; nếu lỗi nặng có thể bị cho nghỉ việc…”

Ngừng một lát nhớ về thời yên bình gia đình bực trung cha đi lính mẹ làm công chức mặc dầu sống không dư dả nhưng cũng đủ nuôi con cái ăn học đàng hoàng, thím nói tiếp:

“… chớ hổng phải như bây giờ. Mình muốn lục khai sanh hay xin giấy tờ gì chẳng những hối lộ mà còn phải chầu chực mấy ngày có khi cả tuần lễ.”

“Thím làm thơ ký ở trường học hay tòa hành chánh tỉnh hay ủy ban xã?”

“Em làm ở Tòa Hành chánh tỉnh Tuy Hòa.”

“Hồi trước tui cũng có ở Tuy Hòa nầy,” anh Châu nói.

"Anh làm gì ở đây?" Anh Tâm ngạc nhiên xen vô.

"Đi biệt phái chớ hổng phải lực lượng cơ hữu đóng quân ở đây."

Ngoài chở các sĩ quan tình báo đi thám sát mục tiêu, anh Châu từ Chóp Chài thường bay liên lạc vô trong Cung Sơn khi thì chuyển nhu yếu phẩm vô đồn khi thì chở binh sĩ đi phép bởi đường bộ bị gián đoạn, xe nhà binh không đi tiếp tế được.

Nhớ chuyện hồi xưa, anh Châu tiếp. "Cái sân bay nầy kỳ cục lắm: hai đầu phi đạo đều có chướng ngại vật: một đầu là xóm nhà dân sát biển, còn đầu kia là ngọn núi nằm chần dần." Núi Chóp Chài cao chưa tới bốn trăm thước ở xa nhìn giống như hình tam giác cân mà bẹt vì chiều cao thấp và ngắn hơn bề đáy rất nhiều. Ở xa trông một màu xanh biếc với một vòng mây trên đỉnh bởi vậy mới có câu *"Chóp Chài đội mũ, Mây phủ Đá Bia."* Núi Đá Bia thuộc dải núi Đèo Cả ở tuốt phía nam gần ranh giới hai tỉnh Phú Yên-Khánh Hòa chớ không phải ở gần Tuy Hòa nầy.

"Tui cũng có nhiều kỷ niệm với Tuy Hòa. Các cô gái ghẹo mình hay nói *'Núi Chóp Chài cao chi lắm bấy, Trông hủy trông hoài không thấy người thương!'* Thím người Tuy Hòa có biết hai câu nầy hôn?"

"Em có biết. Hồi đó thường nghe má hát ru em."

"Tui thấy con gái ở đây bạo lắm," anh Châu phê

bình.

"Hổng phải đâu anh. Tại mấy chỉ khoái các anh sĩ quan. Nhứt là ở mấy nhà hàng đặc sản, ông nào cũng xí một cô!"

"Nghe nói đặc sản ở đây là dê núi. Người ta chế đủ món ăn món nhậu nào là cổ dê nấu bia, dê hấp cuốn lá mơ, và dê nướng lá lốt. Đó là chưa kể các món hải sản nhưng tại tui không có tâm hồn ăn uống nên hổng biết thưởng thức."

"Món ăn bình dân mà nổi tiếng nhứt của Tuy Hòa là bánh căn," anh Tâm thêm vô. "Đó là tui chưa kể công trình xây dựng nổi tiếng nhứt là cây cầu Đà Rằng dài hơn cây số bắt qua sông Ba đó."

Cuối cùng chị không hỏi thẳng mà chỉ nói mí mí gợi ý:

"Còn vợ con anh bây giờ ra sao?"

"Tui đã có vợ con gì đâu. Hồi đó thất tình mới đi lính mà!"

3

Sáng hôm sau trong khi anh Châu đang mê man giấc điệp vì *bôn ba* suốt ngày dài thì anh chị Tâm thức dậy sớm hơn thường lệ làm tiệc đãi khách. Nghèo giàu gì không cần biết, cái gốc *tiểu tư sản* như bọn thắng cuộc chụp mũ không gột rửa được nên vẫn còn đọng lại trong người anh Tâm: vẫn café *cái nồi ngồi trên cái cốc* và điếu thuốc trên môi. Đãi khách ăn sáng cơm nếp đậu phọng muối mè, chị Tâm còn chu đáo gói một phần cho anh Châu đem theo ăn dọc đường khiến anh nhớ hồi nhỏ má hay nấu cơm nhão vắt lá chuối kèm theo một cục đường tán hột xoài cho anh đi học.

Cảnh tượng khoa học tiên tiến xã hội chủ nghĩa siêu việt lần đầu tiên đập vô mắt anh Châu là cái bình than bề hoành bằng chừng một vòng tay ôm đứa con nít gắn một bên sau đuôi xe mà khi nó chạy thỉnh thoảng than lửa rớt tung tóe xuống mặt đường gây trở ngại không ít cho người đi xe hai bánh theo sau. Thời tem phiếu nhu yếu phẩm là vàng ngọc, nhiên liệu càng khan hiếm nên người chủ miền Nam *có sáng kiến* bèn cải tiến từ xe chạy xăng tới chạy than cho kịp với trình độ phát triển của miền Bắc xã hội chủ nghĩa!

Sau bảy năm thọ hưởng cái siêu việt đỉnh cao trí tuệ loài người của chế độ mới, người dân miền Nam cảm thấy thấm thía tình quân dân mà trước nay họ lơ là hoặc có khi còn châm biếm. Chủ xe không lấy tiền khi biết anh Châu là tù cải tạo mới được thả ra. Hành khách tỏ ra có cảm tình với người sĩ quan bị đày ải nơi rừng thiêng nước độc. Những chỗ dừng xe ăn cơm người ta cũng không lấy tiền hoặc có người trả trước rồi. Từ Nha Trang đi xe lửa về tới Sài Gòn mà anh Châu chưa tốn một đồng nào hết.

Tình cờ, người chạy xích lô tại bến xe nhìn sơ

qua dáng dấp cũng có thể đoán là sĩ quan cải tạo. Anh ta nói:

"Thời buổi nầy, trừ mấy anh có xe Honda chạy xe ôm, đám mình không làm cái gì khác ngoài chạy xích lô."

"Nặng nề và khó khăn vậy chạy được sao?"

"Vạn sự khởi đầu nan. Mới đầu khó lắm bởi cái líp chết chớ hổng phải như của xe đạp, nhưng *phải* quen," anh ta nói thêm. "Hơn nữa, mình có mối ruột."

Sau khi coi giò coi cẳng, nghĩ *phe ta*, anh kể lể:

"Ngoài ra, mấy bà bạn hàng hầu hết là vợ lính hay vợ cải tạo nên họ cũng thương mình."

"Sao biết được họ là vợ lính hay vợ cải tạo?"

"Kẻ mua gánh bán bưng bình thường thì khác, nhưng những người nầy qua cách nói năng và cư xử, mình biết ngay là *phe ta*," nhưng anh cảnh giác. "Còn anh thấy bán thuốc lá ở bến xe hay mấy góc đường, năm mươi phần trăm là vợ tù cải tạo và năm chục phần trăm kia là tai mắt của tụi nó đó."

Trúng đài anh kể lể ai cũng đổi nghề hết. Tụi sanh viên nhảy xe lửa đi buôn chuyến hay đứa nào có xe gắn máy thì chạy xe ôm; giáo chức một là *mất dạy*, hai là trong thời gian lưu dụng phải mua bán thêm cái gì đó mới sống được. Anh có vẻ cay đắng nói về công chức của nhà cầm quyền mới cũng đổi nghề. Đó là bọn du đảng du thủ du thực hồi trước thì bây giờ có đứa làm phường trưởng, côn an trưởng…"Cộng trừ nhơn chia chưa thông mà làm chủ nhiệm hợp tác xã mới dữ chớ. Huỳnh Là mù chữ mà làm giám đốc một công ty xuất nhập cảng!"

Anh Châu về tới xóm tần ngần một hồi mới tìm được nhà. Giàn bông giấy lúc trước bên ngoài hàng hiên, nơi anh hay ngồi chơi tụ tập đám bạn bè ca hát những khi về phép không còn nữa mà thay vào đó là mấy luống rau muống xanh um. Hóa ra nhà đã đổi chủ do một người miền ngoài vô ở, anh bèn tới nhà cậu Chín. Con cháu cho biết sau khi bà Sáu qua đời, cô Diệp đã vượt biên. Từ bấy tới nay không có tin tức gì. Nước mắt anh Châu chảy ngược vô trong. Anh đốt nhang cho ba má mà lòng hẹn với lòng không để ba má thất vọng.

Con cháu kể:

"Cô Diệp bị bắt ở tù về tội tuyên truyền chống phá nhà nước và lật đổ chánh quyền cách mạng," nó kể tiếp. "Sau khi cô Diệp vượt biên, chánh quyền tịch thâu căn nhà. Ông nội biểu ba con đưa ông Sáu bà Sáu về đây thờ."

"Bác cảm ơn gia đình con," anh Châu xúc động nói.

"Ông nội con *đi* năm kia, rồi năm ngoái bà nội con cũng qua đời."

Vậy là các người lớn - hàng cô chú - không còn

ai. Anh Châu nhớ tới ông Tư thầu khoán:

"Cái ông thầu khoán nhà đầu ngõ còn ở đó hôn con?"

"Ổng bị đánh tư sản đi cải tạo chưa về, gia đình tứ tán đâu mất," nó le lưỡi nói thêm. "Cái cô người làm hóa ra là người của họ."

"Con nhỏ đó là Việt cộng nằm vùng?

"Dà! Hồi đầu cổ làm bí thơ phường Trung Dũng của con và ở cái nhà của ông Tư," nó lắc đầu. "Rồi bây giờ cô ta cũng đi đâu mất, có vợ chồng một người Bắc vô ở ngôi nhà đó."

Ngừng một lát con cháu kể tiếp:

"Ông Trung úy gì bạn của bác dzọt hồi *giải phóng*."

"Ông Trung úy Hà," anh Châu sửa lại. "Đừng nói chữ đó, con."

4

Nhơn chuyến chở ông khách xuống Đại Lãnh, anh Tâm chạy luôn xuống Ninh Hòa thăm cô em gái.

Anh Tâm nói với cô Phượng:

"Sao mầy hổng chịu lấy chồng đi?"

"Từ từ đã. Đâu có gấp gáp gì anh."

"Ở tuổi mầy là quá lứa rồi đó, còn hổng gấp? Coi chừng ế nha em."

"Bộ xúi em lấy chồng đặng anh lấy nhà hả?" cô Phượng cười.

"Đừng có nói khùng!" anh Tâm cười nhìn Phượng, nói tiếp. "Đem thằng chồng về ở rể thì thôi nhưng nếu mầy theo nó thì tao phải về ở chớ hổng lẽ bỏ hoang."

Anh Tâm nhìn cô em thương cảm. Dầu không sắc nước hương trời chim sa cá lỵ nhưng nếu chấm điểm cô cũng được tám trên mười chớ đâu phải *thị nở* mà tới giờ nầy muốn trở thành gái già. Anh nhắc lời khuyên của song thân:

"Hồi đó ba má muốn con gái dạy cô giáo nên cho mầy học sư phạm, chị Thành cũng cô giáo; tới hồi tụi nó vô, đều *mất dạy* hết!

"Nhưng cũng còn chút an ủi: lâu lâu mấy đứa học trò ghé thăm, em cũng vui sống lại thời son trẻ."

"Nhưng tụi nó đâu có lấp đầy khoảng trống cô đơn đời con gái của em."

Phượng có vẻ suy nghĩ:

"Đâu có ai coi được mà lấy, anh Ba?"

"Sao mới coi được? Tao thấy hằng hà thằng theo

mầy mà sao nói hổng có?"

"Tụi đó mà ra cái gì?"

"Đa số có chức có quyền, có thằng là đại gia nữa," anh Tâm làm bộ thử lòng cô em.

Hồi con gái mới lớn lúc học trường Sư phạm Qui Nhơn, cô Phượng cũng có người yêu là sếp của anh Tâm dắt về nhà giới thiệu nhưng cô chưa kịp ra trường thì anh chàng thiếu úy nầy đã hy sanh.

Phượng khẳng định:

"Em thà ở vậy chớ hổng *quen* với *đám nầy* đâu!" Phượng nhớ lời trăng trối của ông già. "Hồi còn sanh tiền ba cứ nhắc em hoài, 'Con thấy đó, một bọn cướp gian ác và lưu manh… Con làm gì thì làm lấy ai thì lấy mà lấy cái đám nầy tao với má bây hổng nhắm mắt dưới suối vàng đâu!'"

Cho dù nghĩ cứng như vậy, đôi lúc cô Phượng cũng cảm thấy lòng trống vắng, nhiều đêm thao thức nhìn vô kiếng soi thấy nhan sắc mình ngày càng phai lợt tuổi thanh xuân:

"Phe mình lớp bị ở tù lớp vượt biên hết đâu còn ai!"

Nghe em gái than, anh Tâm lòng bất nhẫn:

"Tù cải tạo mới về mầy chịu hôn?" anh Tâm nhớ tới anh Châu, cười gợi ý.

"Phải gặp coi giò coi cẳng trước chớ."

“Ế mà đòi cao giá!”

“Con gái ai cũng có cái giá của nó chớ anh.”

“Có điều ông nầy lớn hơn mầy nhiều.”

“Bao nhiêu mà nhiều?”

“Hổng biết, nhưng ảnh là bạn cùng khóa của anh Thành.”

“Thiệt hôn? Nhưng nếu ảnh cùng khóa với anh Thành thì đâu có lớn hơn em bao nhiêu,” cô Phượng mừng ra mặt.

“Sao hổng thiệt!”

“Để mai mốt tao chở mầy vô Sài Gòn gặp ảnh.”

“Kỳ vậy! Sao hổng biểu ảnh ra mình chớ sao mình dẫn xác vô gặp ảnh?”

“Ảnh mới ở tù ra đâu có phương tiện gì đâu mà đi,” anh Tâm đề nghị. “Tao làm bộ chở mầy đi công chuyện ở Sài Gòn ghé thăm ảnh.”

5

Thời bao cấp muốn có miếng ăn cái mặc nhứt nhứt đều phải chìu lòn cái đám nhơn viên nhà cầm quyền. Con gái miền Nam ở tuổi đó thiếu gì nón cối dép râu bu quanh ve vãn. Chúng dùng tiền bạc và chức quyền làm mồi nhử để *quản lý đời em*. Giống hịch tánh tình của cô Diệp, cô Phượng nhứt định thà ở vậy làm gái già chớ không chịu lấy bọn cướp. Các cô chỉ chọn *phe ta* cho dù mấy anh đã bị lột sạch áo mão cân đai và làm cái nghề bị coi là thấp nhứt trong nấc thang xã hội thời bấy giờ.

Chừng một năm sau, anh Thành cũng được thả về với cái *Giấy Ra Trại* viết ảnh cải tạo tốt, nhưng ảnh nói "Càng cải tạo tao càng *phản động* chớ tốt cái gì?!"

Trong bữa *gia đình đoàn viên* tổ chức đơn giản, trước khi khai mạc, tất cả hát bài "Mừng Ngày Gặp Nhau": *Mừng ngày gặp nhau, chúng ta cùng nắm tay nhau. Nắm, nắm tay nhau kết tình thân ái từ đây. Từ đây chúng mình đắp xây, đắp xây con đường yêu nước. Anh em chúng mình đi trước. Mừng ngày gặp nhau.*

Xong, Đại úy Pháo binh thông báo *đạn đạo* cho phi cơ bao vùng hành quân rồi khai hỏa một tràng *nổ chụp* đầu tiên:

"Trong thời gian anh đi ở tù, có hai biến cố trọng đại đã xảy ra trong gia đình mình."

Trong lúc chờ đợi, mọi người vỗ tay hát, *Biểu lẹ giùm mà hổng chịu lẹ giùm. Mắc cỡ gì mà hổng chịu lẹ giùm? Lẹ giùm, lẹ giùm, lẹ giùm!*

Anh Thành nhìn qua một vòng cười lớn nói tiếp:

"Ninh Hòa ngồi sui với Tuy Hòa," ý anh Thành muốn nói tới vợ chồng anh Tâm. "Nhưng biến cố trọng đại nhứt là thằng bạn *giặc lái* trở thành em rể tui."

Anh chị Tâm vỗ tay hát, *Hay quá, hay quá là hay. Xin thưởng một tràng pháo tay* (vỗ tay). *Hay quá, hay quá là hay. Xin thưởng cho một nụ cười -ha ha ha.*

Cô Phượng nghiêng người qua, anh Châu choàng tay qua vai cô Phượng và hun lên má cô Phượng.

Anh Thành hát *Khen anh nầy một cái. Khen chị nầy một cái. Hoan hô anh nầy một cái, hoan hô chị nầy. Nào chúng mình hoan hô. Nào chúng mình hoan hô. Nào ta hoan hô.*

Tất cả đều vỗ tay vui vẻ mừng ngày sum họp.

Xong, anh Châu hỏi khó anh Thành:

"Từ nay tao phải kêu mầy bằng *anh* hả?"

"Mầy kêu bằng gì kệ mầy!"

Anh Châu quay sang anh Tâm:

"Ủa! Bây giờ trở đi tui phải kêu chú thím bằng anh chị hả? Sao kỳ vậy?"

"Có gì đâu mà kỳ. Lấy em tui thì phải kêu tui bằng anh bằng chị chớ sao?"

Cả nhà bưng ly *bia lên cơn* lên cụng chúc mừng hai anh thoát khỏi nhà tù nhỏ.

■ nsh-250912 nhuận sắc 251006

NGÀY ẤY CÒN ĐÂY

truyện ngắn

Đối với dân tác chiến thì ngày lễ ngày Tết và Chúa Nhựt cũng giống như ngày thường, mà đôi khi vấn đề an ninh còn được tăng cường hơn nữa. Nhưng năm nay cả dân quân mừng ra mặt vì được ăn Tết xả láng không sợ bị địch tấn công và pháo kích. Hai bên thỏa thuận công khai trên hệ thống truyền thanh rằng đồng ý hưu chiến ít nhứt ba ngày cho dân miền Nam cùng gia đình vui Tết. Các đơn vị lính nghề cho hầu hết nhơn viên đi phép chỉ để lại *con bà phước* thủ trại; các đơn vị tác chiến thì cho đi phân nửa.

Mọi năm sáng sớm ngày 30 cuối năm - tháng thiếu thì ngày 29 - anh lính trẻ đưa vợ về Cần Đước ăn Tết với bà nhạc rồi lên liền cho kịp chuyến xe chót đặng ngày mai đi hành quân. Năm nay anh đưa chị và đứa con gái ba tuổi - tuổi oan chớ thiệt ra nó mới hai tuổi vì đẻ tháng Chạp - về quê rồi cũng định lên Biên Hòa liền.

Bà già vợ hỏi:

"Sao gấp dữ vậy, con?"

"Lính mà, má," anh đáp liền không do dự.

"Sao tao nghe nói hưu chiến mà."

"Hưu thì hưu nhưng mình phải đề phòng, má."

Vốn gia đình bình dân, bà hãnh diện có thằng rể làm quan muốn nó hiện diện trong đêm giao thừa và ngày Tết đặng nở mặt nở mày với bà con xóm giềng:

"Tưởng năm nay hưu chiến vợ chồng con cái bây về đây ăn Tết," bà nói thêm. "Vợ chồng thằng Tư cũng sẽ dắt con nó dìa."

"Hứa là vậy nhưng làm sao tin tụi nó được."

Vợ anh nói thêm vô:

"Anh ở lại chơi một bữa đi. Năm nay hưu chiến mà," trong khi anh đang nghĩ về mấy thằng bạn học trò hồi nhỏ thì chị Hai bồi thêm, "Ở lại khuya đón giao thừa ở đây vui lắm, mai hẳn lên."

"Anh cũng muốn ở lại chơi gặp lại mấy thằng bạn học cũ, nhưng mai anh phải đi làm," anh hứa. "Sang năm thế nào anh cũng xin nghỉ vài ngày về đây ăn Tết với gia đình em."

Từ hồi đi lính tới giờ năm nào anh cũng ăn Tết ở đơn vị mà Tết đơn vị thì chỉ vài đòn bánh tét với kẹo mứt và… cờ bạc. Bạn bè cũng về nhà hết chỉ còn lại mấy phi hành đoàn tối thiểu cho đủ hành quân khi có biến; chưa năm nào được sum họp gia đình thưởng thức một cái Tết dân sự như hồi nhỏ. Anh nhớ nồi thịt kho tàu với dưa giá, anh nhớ nồi ổ qua hầm, anh nhớ những khoanh bánh tét đi kèm với củ kiệu chua và củ cải muối, người Tàu nói cải xá-bấu mà củ cải muối của miền Nam mặn mặn ngọt ngọt ngon hơn củ cải xá-bấu của người Trung Hoa.

Thấy thằng rể không có vẻ xiêu lòng, bà già nói với đứa con gái kế: "Con Ba, coi dọn cơm cho anh Hai mầy ăn đi để nó lên trển cho kịp chuyến xe chót."

Anh Châu đáp chuyến xe cuối cùng lên Xóm Củi mà chuyến về chuyến lên gì cũng chật ních người là người. Khi xe chạy tới Trường Bình thì được tin *mấy ổng* đắp mô trên đường Liên tỉnh Số 5 cách thị xã Cần Giuộc chừng một hai cây số. Xe phải dừng lại chờ lính trên quận xuống giải tỏa. Sau nầy người ta kể lại chúng ra lịnh, trừ đàn bà con gái và con nít, tất cả thanh niên đàn ông xuống xe cởi giày ra xét. Ai mà chưn bị chai mấy cái ngấn chỗ nối bàn chưn với ống quyển bị coi là nhà binh đều bị bắt đi; người ta không biết bắt đi luôn hay được thả về.

Đi hành quân thì súng đạn có bao bị đàng hoàng nhưng khi đi chơi mặc đồ dân sự thì anh Châu giắt cây ru-lô lắp năm viên vô lưng quần. Thấy không ai để ý anh giả bộ tới mí ruộng đi tiểu móc súng ra chỉnh đạn lại. Thường thì anh chừa một lỗ trống phòng khi lỡ cướp cò cũng không hại *thằng nhỏ*. Tại tánh anh lo xa vậy chớ súng ru-lô làm sao cướp cò cho được mà phải bóp thiệt mạnh nó mới nổ. Anh tính trước rồi, phải một mất một còn chớ để giặc mà bắt được thì chỉ có nước đi chầu diêm vương!

Chiều tối anh Châu mới lên tới đơn vị, tạt vô chỗ làm chỉ gặp Chuẩn úy Nguyễn Ngọc Ẩn ngồi một mình trong phòng hành quân mà phía sau lưng là bảng phi lịnh ghi sẵn tên tuổi phi hành đoàn túc trực, đang đánh bài trên lầu - phòng có máy lạnh. Những anh không có máu me cờ bạc thì đi chơi đâu đó có ghi số điện thoại cho Chuẩn úy Ẩn. Đưa vợ con về quê rồi, anh Châu biết có về nhà trong cư xá cũng nằm chèo queo nên ở lại chơi với sĩ quan trực - thường thì sĩ quan mới ra trường chưa *xác định* hành quân.

Chuẩn úy Ẩn ngạc nhiên hỏi:

"Sao Đại úy hổng ở dưới ăn Tết mà lên sớm vậy?"

"Tui rành tụi nầy quá!"

"Nó lên đài *mặt trận* hứa đàng hoàng mà."

"Nó nói vậy mà hổng phải vậy."

"Hổng đáng tin hả?"

"Tin tụi nó sao được. Tui ở vùng xôi đậu từ thời Pháp thuộc tới hồi đình chiến, mãi tới gần lớn mới lên thành đây. Tui quá rành tụi nầy! Hứa hưu chiến mà ngày 30 Tết vẫn đấp mô trên đường lên Cần Giuộc!

Nhìn chuẩn úy Ẩn dáng dấp học trò, anh Châu không thể không nghĩ *Thằng nầy mà mặc áo trắng quần tây xanh thì người ta cho là học sanh lớp đệ Tam đệ Nhị,* bèn hỏi:

"Em có vợ con gì chưa?"

"Chưa. Mới ra trường mà."

"Có đào hôn?"

"Có mà ở Sài Gòn."

"Nhắn nó mai lên."

"Mai em xuống ca về dưới rồi."

"Cứ biểu nó lên rối hai đứa cùng về."

Trong lúc Ẩn hoang mang thì Châu nói tiếp:

"Thử coi nó yêu em tới mức nào!"

Chuẩn úy Ẩn cười hiểu ý. Anh Châu nói thêm:

"Có muốn đi chơi đâu đó thì đi. Tui trực cho em hai tiếng," anh coi đồng hồ. "Nhớ đúng mười một giờ rưỡi phải có mặt ở đây để chuẩn bị đón giao thừa."

Ngàn năm một thuở từ hồi chiến tranh tới giờ, trưởng phó đơn vị - nhà ở cư xá sĩ quan nằm trong căn cứ - và cả băng tham mưu *lặn* hết. Đám lớn tuổi có vợ con về ăn Tết với gia đình. Quanh đi quẩn lại chỉ mình anh Châu - Đại úy già thâm niên nhứt tại chỗ - tạm thời *tự động làm sếp* của đám sĩ quan trẻ độc thân. Anh gọi dặn mấy anh em trên lầu "Tụi bây nhớ đúng mười hai giờ kém mười xuống đón giao thừa."

Bình bông cắm cành mai đã nở đón mùa xuân mới, bên trên các nhánh nhỏ treo nhiều bao lì xì để sáng mai anh em tự thưởng mỗi người một cái trong đó có một câu chúc Tết mà sĩ quan chánh trị nghĩ ra. Cùng khóa với anh Châu, anh sĩ quan chánh trị nầy đã đậu cử nhơn văn khoa trước khi vô lính nên chữ nghĩa đầy mình có sáng kiến viết những câu như *Chúng tôi tự hào về bạn, Chúc một năm mới an khang và thịnh vương, Bạn là anh hùng của đơn vị chúng ta, Tự thắng để chỉ huy, Tổ quốc-Danh dự-Trách nhiệm…*

Trước khi xuống ca vọt về Sài Gòn, anh ta còn viết hai câu đối dán ngoài cửa phòng hành quân mà ai coi cũng khen "*Ông Cử có khác!*"

"Non nước vững bền, muôn thuở rạng ngời trang sử Việt,

"Giang sơn gấm vóc, ngàn năm sáng mãi chí anh hùng."

Nghĩ *xứ mù thằng chột làm vua,* anh Châu bày nhang đèn và dĩa trái cây mua từ mấy ngày trước, dĩ nhiên không có những thứ mang tên xui xẻo.

Tới khi anh em có mặt đông đủ, anh Châu hỏi:

"Anh em nào văn hay chữ tốt ăn nói hoạt bát đốt nhang vái đi?"

"Tụi nầy chỉ nói xàm nói điên thì hây chớ làm

sao biết vái cái gì!"

Một anh khác nói:

"Thôi anh *lỡ* lớn thì làm luôn đi."

Anh Châu ngại ngùng lên tiếng:

"Tui ít ăn nói để nhường anh em nào lanh lợi hơn."

Bình thường nói gì cũng được nhưng trước một sự kiện quan trọng như lên sân khấu trước đông người ai cũng ớn. Đợi một hồi không thấy ai, anh Châu đốt nhang long trọng nói, giọng hơi run run:

"Năm Đinh Mùi bi thảm chúng ta đã mất hai phi hành đoàn sắp đi qua. Trước thềm năm mới Mậu Thân, trước anh linh tiền nhơn, anh em chúng tôi nhơn viên Phi đoàn 112 Thanh Xà nguyện làm việc hết sức mình để phục vụ quốc gia," anh Châu nhìn bảng ghi tên các tử sĩ từ khi thành lập đơn vị tỏ ra cảm động thiệt, nghẹn ngào tiếp. "Các anh em đã hy sanh vì nước nếu chưa tái sanh về đây chứng giám và bảo vệ cho anh em an toàn đi sao về đầy đủ như vậy."

Rồi anh tiếp một hơi: "Tưởng cũng nên nói sơ về tiểu sử của Phi đoàn cho mấy anh em mới về biết. Khởi thủy đơn vị mình là Phi đoàn 2 Quan sát thành lập năm 1952 tại Nha Trang, rồi năm 1959 dời về Tân Sơn Nhứt, cuối cùng đổi tên 112 như bây giờ và chuyển về Biên Hòa năm 1964. Làm sếp là các niên trưởng như sau Võ Dinh, Nguyễn Văn

Lượng, Nguyễn Hữu Tần, Nguyễn Ngọc Loan, Võ Công Thống, Huỳnh Bá Tính, Đặng Hữu Hiệp, Võ Văn Ân, Lý Thành Ba, và cuối cùng là Thiếu tá Hà Ngọc Hạnh. Bây giờ đã có người lên tướng làm lớn ở Bộ Tư Lịnh.

Quay sang những người có mặt, anh Châu nói thêm, "Các anh lớn vắng mặt hết, tui mạng phép nhơn danh đơn vị kính chúc quý anh em sang năm mới được bình yên và mỗi ngày đều là một ngày hăng say làm việc."

Không gian trầm lắng như để anh em nhớ về gương hy sanh của những người đã ra đi. Thời chiến mà! "Biết đâu lát nữa đây hay ngày mai hay bất cứ lúc nào mình lại cũng lên bàn thờ ngồi với mấy anh em!" Ngẫm nghĩ một lát không có anh em nào đóng góp, anh lên tiếng, "Quân chủng mình có truyền thống *Không bỏ anh em Không bỏ bạn bè,*" anh lại chêm thêm câu kinh nhựt tụng của phi đoàn. "Làm việc là làm hết sức, hễ chơi thì chơi hết mình."

Ngoài bia *Trái Thơm*, bia *Con Cọp*, và bia *33*, anh em đem chai rượu mạnh ra khui cho mỗi người một séc vừa cười nói, "Xả láng sáng dìa sớm!"

Một anh cầm chai 33 lên vừa nốc vừa ngâm thơ:

"Còn tụi mình đã một đời nguyện ước
Thì sá gì chuyện da ngựa bọc thây
Gã Kinh Kha còn dăm bảy lần say

Mình mới uống vài chai là chuyện nhỏ."[1]

Em khác tiếp theo bằng màn tân nhạc:

"Con biết không về mẹ chờ em trông
nhưng nếu con về bạn bè thương mong.
Bao lứa trai cùng chào xuân chiến trường
không lẽ riêng mình êm ấm.
Mẹ ơi! Con xuân này vắng nhà."[2]

Anh Châu lập lại *"Mẹ ơi, xuân nầy con vắng nhà, xuân nầy Kinh Kha vắng nhà!"*

Chìu theo cơn hứng, Đại úy Châu biểu anh em nào lên căng-tin trên lầu coi đồ ăn nào còn đem xuống *xử hết đi* mai mốt trả tiền lại cho chị Khước. Từ phòng văn thơ lên cầu thang quẹo trái là phòng nghỉ phi hành, quẹo phải là cái phòng nhỏ đựng dụng cụ linh tinh. Sau khi anh Khước hy sanh, phi đoàn đề nghị cho chị mở cái câu lạc bộ mini nầy kiếm đồng ra đồng vô nuôi con.

Lại có màn ca cổ cải lương nữa. Một em Nam kỳ ngậm ngùi nói lối bài *Xuân Đất Khách* của Viễn Châu:

"Con chim sắt đã lao mình trong khói trắng
Bỏ lại nơi này tâm sự kẻ ly hương
Tôi đứng đây để mà nhớ mà thương
Mà chờ đợi ngày về trong mộng tưởng."

---

1. *Lê Tấn Dương - Khúc Giao Thừa Nhớ Bạn*

2. *Trịnh Lâm Ngân - Xuân Này Con Không Về*

Hắn đóng vai như diễn viên thiệt trên sân khấu cười nói *"hát có diễn tả nha"* rồi vô vọng cổ: *"Không tiễn đưa ai bởi không có ai để mình đưa tiễn, cứ sao những chiều mưa lạnh tôi vẫn đến đây để nhìn phi cơ cất cánh rồi khuất dần trong khói trắng sương... mờ."* Có tiếng anh em vỗ tay. Hắn tiếp: *"Phải chăng nhớ quê hương và trông đợi ngày về... Kẻ vẫy khăn tay chào người ở lại, kẻ vội vàng nhấc mớ hành trang. Nghe họ chúc nhau câu 'Thượng lộ bình an,' tôi nghe lệ rưng rưng từng giọt chảy trong hồn..."* Hát tới đây hắn nghẹn ngào thiệt nên giọng đứt quãng ngưng lại phút giây mới tiếp. *"... Vội gục đầu cúi mặt quay lưng để cố ngăn đôi dòng nước mắt."*

Có người bình phẩm:

"Sao buồn quá vậy!"

"Chắc thằng nầy tới giờ chưa có người yêu."

"Rồi sao nữa bạn?"

Một anh Nam kỳ khác nói lối rồi định vô tiếp câu 5 cũng bài nầy của Viễn Châu, anh Châu hỏi:

"Mấy câu kia đâu? Sao tự nhiên vô câu 5?"

"Hổng thuộc. Câu nầy xuống xề độc tụi nó mới ớn!" Hắn cười tiếp:

"Đất khách bơ vơ, lạ bốn bề.
Nên lòng cứ mãi nhớ thương quê.
Mùa xuân về nữa, xuân về nữa
Tuyết trắng rơi nhiều, dạ tái tê.

"Mỗi bận xuân sang tôi thấy lòng se lại nhớ làm sao những hương vị của quê nhà... Dưa hấu Gò Công, bưởi ngọt Biên Hòa…, rượu Bà Điểm nem chua Thủ Đức cam Cái Bè măng cụt Lái Thiêu. Múi sầu riêng ngon ngọt biết bao nhiêu, cơm nấu gạo nanh chồn thơm bát ngát. Mùi hương khói lẫn trong tiếng pháo, mấy cành mai nở rộ đón giao thừa."

Hắn xuống *xề* thật mùi. Anh em lại vỗ tay. Có anh phán:

"Trước nay chưa bao giờ nghe nó ca vọng cổ mà nó ca cũng *tới* quá há."

Mặt mày hớn hở, anh Châu cười:

"Tui chưa bao giờ ăn Tết đơn vị mà vui và đầy ý nghĩa như năm nay. *Ca vũ nhạc kịch* gần đủ hết, mà chỉ thiếu *vũ."*

"*Đào* đâu mà khiêu vũ!

"Mai xuống ca rồi đi nhảy đầm, có uống xả láng cũng được," anh Châu tiếp. '*Vui xuân nhưng không quên nhiệm vụ.*'"

Đón Giao thừa ở đơn vị nhà binh đơn giản mà vui như vậy đó. Không trang trí trang hoàng không đèn màu đỏ xanh chớp chớp. Ca hát *chay* ngẫu hứng không có đờn sáo gì hết. Xung quanh toàn lính là lính với súng đạn, không có đàn bà con nít, không có em gái hậu phương. Các anh kể chuyện vui buồn những ngày chinh chiến, kể những kỷ niệm với anh em đã *đi không ai tìm xác rơi*.

Ở đây, phi đoàn quan sát chiếm một phần tư của hai dãy nhà tây cũ là trụ sở của bốn phi đoàn tác chiến của Sư đoàn 3 Không Quân, gồm một phi đoàn F5 và hai phi đoàn khu trục cánh quạt Phượng Hoàng và Phi Long.

Từ cửa bước vô phòng Hành Quân, nhìn cái bồn nước phía tay trái, có anh đề cao cảnh giác:

"Cái *château d'eau* nằm sau lưng phi đoàn mình đây là điểm chuẩn cho tụi đề-lô vi-xi nó điều chỉnh pháo."

"Bốn phi đoàn *gom bi* một chỗ," một anh bi quan tiếp. "Một trái hỏa tiễn mà rớt xuống đây thì ngày mai khỏi có phi cơ nào cất cánh luôn!"

"Ê, đừng nói vậy xui nha."

"Hễ xui thì xui chớ đâu cần phải nói mới xui," anh nầy chống chế.

Anh em đang nói chuyện trời trăng mây nước thì bổng còi báo động vang lên. Không nghe tiếng pháo giao thừa mà hàng loạt hỏa tiễn *chào mừng* năm mới nổ dồn dập tứ tung.

Anh Châu liền nói:

"Tao nghi có sai đâu. Để tao với thằng Lợi bay *right* đầu," anh nai nịt áo lưới và súng đạn thêm cây Carbine, nói với mấy anh em kia. "Tụi bây cẩn thận. Có gì liên lạc với Phóng Hành quân Chiến cuộc. Coi bảng phi lịnh, nếu cần nữa thì thằng kế bay."

"Đại úy cũng cẩn thận nha," Chuẩn úy Ẩn nhắc.

"Năm nay là năm tuổi của tao nên tao cẩn thận là cái chắc," anh Châu cười ra tới cửa Phòng Hành Quân còn ngó lại cười. "Nhắc hoài. Bộ muốn tao lên cố Thiếu tá hả? Có đứa nào để ý sẽ chăm sóc vợ con tao hôn?"

Hai anh phóng ra chiếc xe pickup xanh được một anh chở ra phi đạo - tài xế đã được cho nghỉ phép. Tụi pháo thủ vi-xi như biết anh Châu và anh Lợi sắp sửa lên vùng nên nghỉ mệt chờ đợi! Trong vòng năm bảy phút hay nhiều lắm là mười phút, Thanh Xà 10 đã có mặt trên vùng. Với các tọa độ nghi ngờ đặt hỏa tiễn, khi thấy ánh lửa lóe lên hai anh đã gọi pháo binh dập tắt tiếng hai ổ pháo của tụi nó. Từ đó tới hết giờ hoàn toàn im tiếng pháo vô phi trường.

Trong phòng Hành quân, một anh phê bình:

"Tụi nó bắn dở ẹc!"

"Bộ mầy muốn nó bắn hây hả, thằng ông con?"

Tên nầy quê độ làm thinh cười cầu tài.

"Xém trúng bồn xăng vô tới khu bảo trì phi cơ rồi đó."

"Chắc tụi nó ở xa bắn cầu may chớ hổng xáp tới gần phi trường được."

Gần bốn giờ sáng phi hành đoàn khác cất cánh thay thế, anh Châu anh Lợi về đáp:

"Tụi nó đánh vô nhiều nơi như Phước Hải, Công Thanh, Tân Uyên, Dĩ An… nhưng bên mình vẫn làm chủ tình hình."

"Nghe radio nói tụi nó tấn công hầu như khắp nước!"

"Lật lọng là *nghề của chàng* mà!" anh Châu khẳng định.

Trong khi đó, ở Cần Đước người dân mong đón Giao thừa một năm mới Mậu Thân hòa bình im tiếng súng, quây quần sum hợp với gia đình nhưng mà nào có được.

Mặt hướng đông giặc vô tới ngả ba Cây Xăng nhằm tấn công lầu Bà Sáu là tổng hành dinh của đại đội Địa Phương Quân. Hướng tây và hướng nam nhờ đồng ruộng, giặc tràn vô tới xóm nhà phía nam thị trấn. Các con đường từ Tân Chánh ra, từ Phước Tuy đổ về, tiếng chơn người rần rật. Nhà nhà đóng kín cửa, qua khe hở thấy xuất hiện nhiều thanh niên mặc áo đủ kiểu, quần xà lỏn, mũ tai bèo với súng ống chạy khơi khơi trên lộ đỏ. Người ta thấy có cả *chiến sĩ gái* của vi-xi.

Sáng ra người ta nói có vài xác bỏ lại khi tụi nó rút đi. Lại nghe đồn phi trường Biên Hòa bị pháo kích tan nát, chị Hai cầm lòng không đậu nói với bà má:

"Con phải lên Biên Hòa ngay."

"Đâu có xe cộ gì mà đi," bà má can.

"Kệ, con đi bộ," chị nằng nặc.

"Bụng mang dạ chửa lại thêm con nhỏ làm sao con đi được," bà Tư mua thời gian. "Để êm êm rồi hãy đi."

Chị Hai nhứt quyết.

"Nếu mầy nhứt quyết thì để con nhỏ lại tao lo cho," bà má kèo nài.

Nhưng chị vẫn ẵm con đi. Quả thiệt không chiếc xe đò nào dám chạy. Phần thì ngày mùng Một chia ca, hơn nữa hồi hôm chủ xe đò bị *đàng trong* cấm nên không có chuyến nào lên Chợ Lớn.

Buổi sáng ngày mùng Một Tết trời đầy sương mù báo hiệu một ngày nắng ráo, có khi nắng gắt. Chợ Cần Đước vắng hoe. Nhà cửa dọc theo hai bên phố đều đóng kín không mở cửa đón xuân như mấy năm trước. Chị Hai với cái bụng bầu tay xách cái giỏ lác đựng một bộ quần áo của chị và của con nhỏ cùng bình sữa, còn tay kia ẵm con bé - nó mới hăm bốn tháng làm sao đi nổi. Cây dù đem theo chưa cần xử dụng. Mang cái bụng thè lè mà đi bộ hàng bao nhiêu cây số, nói theo mấy bà già xưa chắc như vậy dễ đẻ lắm!

Chị Hai lau mồ hôi cho con nhỏ. Nó hỏi:

"Mình đi đâu vậy má?"

"Lên Biên Hòa coi ba sao. Nghe nói hồi hôm phi trường bị pháo kích dữ lắm."

"Pháo kích là làm gì?"

"Họ bắn vô chỗ ba ở."

"Sao bắn?"

Không biết trả lời sao, chị ôm con vô lòng vỗ vỗ lên lưng nó dỗ dành nói lảng:

"Rán đi con, còn không lâu nữa tới chỗ có xe rồi," chị giả bộ an ủi con nhỏ.

"Có xe mình đi xe hả má?"

"Ừa, vậy đỡ mỏi cẳng, chị hun vô má con nhỏ một cái. "Con nhớ ba hôn?

"Con nhớ. Hồi qua con biểu ba đừng đi mà ba đi."

"Tại vì bữa nay ba phải đi làm."

Lại tiếp tục đi. Qua khỏi ngả tư Chợ Trạm trời đã về chiều nhưng ánh nắng chói chan vẫn phủ xuống đầu hai mẹ con. Đường vắng hoe, lâu lâu mới có vài người có cả con nít bận đồ mới đi lại. Nhớ khi xưa chị đi học, con đường chỉ nửa cây số thôi. Vô nhà anh Hai dầu hai ba cây số nhưng đông người với lại chị còn *con gái mười bảy bẻ gãy sừng trâu*. Có khi nào chị đi bộ quãng đường dài như vậy, chỉ từ nhà vô tới nhà con Vân con Lược tới bến đò Bà Nhờ là hết mức. Còn lên Cần Giuộc thì đi xe đò với anh Huân.

Thỉnh thoảng, cứ đi một đoạn chị quay lại ngó

mong có xe nào đó hay ai đi xe đặng xin quá giang.

Thấy người phụ nữ bầu bì ẵm đứa con nhỏ mà nó cứ trằn xuống vì chị quá mệt, một người đàn ông trung niên chạy xe mô-bi-lết dừng lại hỏi:

"Cô đi đâu?"

"Dạ tui đi Chợ Lớn."

"Có chuyện gì mà gấp vậy? Để mai mốt có xe hãy đi."

"Hồi hôm pháo kích Biên Hòa dữ lắm."

"Ờ! Hứa hưu chiến mà tụi nó đánh tùm lum hà," người đàn ông biểu đồng tình.

"Chồng tui lên Biên Hòa hồi qua."

"Dà! Tui hiểu rồi: Hồi hôm họ pháo kích dữ lắm," anh nghĩ tới vợ con ở nhà. "Lên xe tui chở cho đi một đoạn đường, chớ đi bộ như vầy chừng nào mới tới!" Anh chủ xe lại nhắc. "Để con gái ngồi trước với tui, cô ngồi hai bên luôn. Đừng ngồi một bên gặp đường dồng sốc bị té thì đổ nợ!"

Anh ta lại hỏi:

"Cô có bầu mấy tháng rồi?"

"Dạ bốn tháng."

"Chồng cô làm gì ở Biên Hòa?"

"Ảnh đi lính," chị không dám nói sĩ quan.

"Tui cũng lính nè, nhận lịnh đang đi trình diện đơn vị. Tụi nầy tin hổng được!"

"Hồi hôm *họ* đánh vô quận Cần Đước nè."

"Có sao hôn?"

"Đâu có *lấy* được!"

Chị Hai lật bật thế nào làm rớt cây dù cũng không dám nhờ đậu xe lại lượm, nghĩ đi nhờ không dám làm phiền người ơn.

Khi chạy ngang qua cầu Mồng Gà, anh lính nói:

"Tui đóng ở đây nè. Nhưng thấy tội quá, tui đưa chị - anh đổi cách xưng hô - tới Cần Giuộc luôn chớ giữa đường hoang vắng như vầy chỗ đâu mà ngủ! Rồi tui chạy vòng lại cũng được, không sao."

Lên tới Cần Giuộc thì trời đã nhá nhem tối. Đất Cần Giuộc thì không lạ gì với chị Hai. Lúc học trên nầy, anh Châu là một trong bốn anh chị em *kết nghĩa vườn đào* thề cho dầu vật đổi sao dời thế nào và mỗi người một phương trời đi nữa bốn người vẫn như là anh chị em đùm bọc lẫn nhau. Không khí thân tình ruột thịt, cả ba đứa đều kêu ông ngoại và bà má chị Hồng như chị gọi. Vì cả ba người kia đều ở xa thị trấn, nhà chị Hồng được coi là *tổng đàn* nằm ngay dốc cầu phía quẹo xuống chợ, chị Hai thường lên chơi được tiếp đãi rất ân cần chu đáo.

Sau khi đi lính rồi, mỗi lần anh Hai đưa chị về Cần Đước thăm bà già thì thế nào cũng ghé thăm chị Hồng. Hai người miên man nhắc lại kỷ niệm học trò lớp B2 lúc ông Đinh Văn Lô làm hiệu trưởng, thầy Thanh làm giám học, cô Huỳnh Ngọc Nữ, cô Đinh Thị Phúc, thầy Lâm Phi Điểu, thầy Bùi Khắc Hy, thầy Lý Nhưỡng…, "Không biết hai đứa kia bây giờ ra sao." Thằng Lê Đức Thanh chắc đã đi lính còn con Lê Thị Nguyên chắc đã con cái đùm đề!

Chị Hai tần ngần gõ cửa một hồi lâu, một người đàn ông hé cửa nhìn người đàn bà ăn mặc xốc xếch xách cái túi lác dắt một đứa nhỏ lem luốc, nghi ngờ hỏi với giọng trọ trẹ:

"Chị tìm ai?"

"Dạ, em muốn gặp chị Hồng," chị Hai ngập ngừng tưởng lầm nhà.

Một người phụ nữ từ nhà sau đi lên ngạc nhiên hỏi dồn dập:

"Ủa mợ, đi đâu giờ nầy? Vì sao ra nông nổi nầy? Cậu Châu đâu?"

Chị Hai kể ngày hôm qua ảnh đưa chị về rồi lên liền. Tối lại Biên Hòa bị pháo kích dữ quá.

"Dà. Nghe radio nói quánh khắp nơi!"

"Em nóng ruột lên tìm ảnh," chị Hai nói thêm. "Em đi bộ từ sáng tới giờ mới tới đây."

"Trời! Đi bộ?" Chị Hồng có vẻ thương cảm.

Chị Hai vô mục đích chánh:

"Dà! Em muốn xin ngủ nhờ một đêm rồi sáng mai lên Biên Hòa."

Chị Hồng ngần ngừ một lát đoạn nói:

"Nhà chật lắm không có chỗ ngủ," chị chỉ lối đi xuống phía sau. "Mợ kiếm chỗ nào ngủ đỡ đi."

Và chị Hai chào từ giã. Trước khi tới đây chị Hai đã tới chùa nhưng thấy quá đông người nằm la liệt từ trong ra tới ngoài hàng hiên, bèn nghĩ tới người chị kết nghĩa của anh Châu. Cuộc gặp gỡ người xưa chỉ trong vòng mấy phút chưa được vô nhà. Không có lựa chọn nào khác, chị bèn trở lại ngôi chùa lúc nầy càng đông hơn - đủ hạng người mà nhiều nhứt là con nít - từ các vùng quê lân cận chạy giặc về đây nghỉ tạm qua đêm.

Ẵm con đi bộ cả ngày chị Hai quá mệt mỏi, con nhỏ ngủ say, nhưng chị Hai vẫn nghe mấy bà than:

"Nói hưu chiến mà bất thần quánh người ta."

"May mà mình di tản kịp, nếu không thì tàn đời rồi."

"*Mấy ổng* ngoài mặt nói ngon ngọt như mía lùi vậy chớ…" người nầy vội ngưng nhưng một bà khác bạo phổi hơn, tiếp "… giết người hổng gớm tay!"

"Đâu có ai chạy vô *vùng giải phóng* đâu."

"Hai bên có đụng độ thì ai ai cũng chạy ra ngoài quận."

Rồi không biết từ lúc nào chị thiếp đi.

Sáng ngày mùng Hai, hai mẹ con lại lội bộ lên Xóm Củi, mãi chiều tối mới tới Biên Hòa. Vô nhà không có anh Hai. Dỗ cho con bé ngủ, chị lên phi đoàn hỏi thăm. Lúc nầy các cấp trưởng phó và ban tham mưu đã có mặt, chào người phụ nữ bầu bì rồi nhìn nhau ái ngại không ai dám lên tiếng. Thường phi cơ quan sát làm việc trên vùng ba tiếng đồng hồ cộng đầu đuôi cất cánh lên và về đáp tối đa một giờ nữa mà năm tiếng đồng hồ anh Châu chưa về đáp. Đài kiểm báo đã mất liên lạc. Phi hành đoàn đi tìm cứu vẫn chưa báo cáo kết quả.

Như linh tính thần giao cách cảm, chị Châu hiểu ra.

Và chị xỉu.

■ nsh-250912 nhuận sắc 251006

MÙI CON GÁI

truyện ngắn

Thời gian nầy cả xóm chỉ có ba đứa còn tiếp tục học lên trong khi tất cả đều khựng lại ở lớp Nhứt. Tới trung học thì tự nhiên thằng Hạ lớn vượt trội lên hai đứa con gái khiến người lạ tưởng nó là anh hai đứa kia. Đương nhiên nó trở thành anh hùng cứu mỹ nhơn bảo vệ hai chị nó đối với những con mắt dòm ngó của đám học trò lớn và thanh niên lối xóm. Trong khi chị nó vẫn dùng thứ lời lẽ quê mùa như lúc trước thì chị Thân lại đổi cách xưng hô bằng một thứ ngôn ngữ thân thương dịu dàng chớ không còn *mầy tao* nữa.

Cô Tám Cừ có lệ đặt tên con theo năm sanh mười hai con giáp. Nghe tên con của cô người ta biết ngay hai anh em đẻ năm một. Anh Mùi năm 1943 và đứa con gái phải là Giáp Thân sanh năm 1944 - đúng một năm trước khi thế chiến thứ hai chấm dứt. Cô Tám kể hồi đó chạy tản cư xấc bấc xang bang, cơm không đủ ăn no, áo quần không đủ mặc ấm, bịnh chẳng có thuốc men, ngủ bờ ngủ buội nên hầu hết người dân tơi tả. "Tay làm hàm nhai chưa đủ có đâu nghĩ tới những nhu cầu khác."

Cô Tám tâm sự, "Cha mẹ phần thì dốt nát phần

thì nghèo đói, đa số con nít đẻ ra chết yểu nhưng trời cũng ngó lại: đẻ nó ra sởn sơ chớ không èo uột như con nít thiếu sữa." Bấy giờ nhờ con tôm con tép và cơm gạo miền Nam nuôi dưỡng, dầu chị Thân cũng vất vả chớ đâu phải ở không mà lớn lên mơn mởn đào tơ khiến nhiều đứa con gái khác cùng trang lứa ganh tị. Mỗi cuối tuần, con Thân và con Xuân tình nguyện dạy *bình dân học vụ* miễn phí cho tụi nhỏ và những người không biết chữ trong xóm.

Mấy bà *học viên* nói "Học là học chơi cho vui vậy chớ hổng học đi chợ tao đâu có lõi một đồng nào, hổng học tao cũng biết tính công cấy và đếm bao nhiêu giạ lúa mùa gặt chớ bộ."

"Học để biết đọc chữ," bà bạn kia phản bác. "Hổng biết chữ làm sao đi chợ được vì tụi cán bộ *bình dân học vụ* nó đứng ngay cổng vô chợ bắt mình đọc hàng chữ viết sẵn trên tấm bảng đá. Hễ mình đọc được thì nó mới cho đi."

Đặc biệt, có bà thú thiệt: "Tao đi học là tại tao khoái cái đầu tóc của con Thân."

Tóc chị Thân dài đen mượt, chẳng những mấy bà lối xóm đều ham mà cả thằng Hạ cũng đam mê nữa. Có bữa nó nói giỡn rằng con ruồi đậu cũng trợt chưn té xuống đất. Mọi người cười ngất cho rằng câu ví von của thằng nầy hây, "Học trò có khác." Trong khi mấy thằng con trai ít học không với tới thì đứa hây chữ chỉ có thằng Hạ là con trai nên nó độc quyền gần gũi với hai đứa con gái. Nhưng điều nó thích nhứt không phải là cái màu tóc đen huyền láng mướt mà mùi tóc quyến rủ của con Thân. Có lần nó hỏi:

"Chị xức cái gì mà thơm dữ vậy?"

"Thơm thiệt hôn?" Con Thân cười thích thú. "Nhưng đâu phải dầu thơm."

Đoạn, con Thân mở gói giấy nhựt trình lấy ra mấy trái giẹp giẹp màu đen dài chưa tới một gang tay như trái điệp khoe với nó:

"Trái nầy nè."

"Phải mùng kết hôn?"

Ở quê hầu hết nếu không muốn nói tất cả đàn bà con gái đều gội đầu bằng thứ nước trái nầy.

"Ừa, đúng rồi. Nhưng người ta kêu là trái *bồ kết* chớ hổng phải *mùng kết*," con Thân sửa lại.

Con Thân coi sách ở đâu đó nói nó sống ở khí hậu nhiệt đới, thường người ta trồng hay tự nó mọc hoang ở ven sông bờ rạch hay lề đường mà ở miệt phía nam Chợ Lớn chừng mười mấy cây số không thấy. Lá thưa, nhánh nhỏ, còn thân lại cao thẳng lên, và trái hơi giống của cây điệp nhưng tàn lá không giống của cây phượng vĩ sân trường Tiểu học Rạch Kiến trồng ngay bên trái ngoài cổng chánh bước vô. Hồi còn học ở đó, thằng Hạ cùng đám con trai hay rắn mắt leo lên thi nhau nhảy xuống coi đứa nào nhảy xa và nhảy từ cao hơn.

"Em thấy mấy cây điệp ngoài đó hôn?" Con Thân chỉ tay ra ngoài hàng rào. "Lá nó giống vậy mà lớn lắm. Thân nó cao hàng mấy thước chớ hổng phải thấp lè tè như điệp mình chưng bàn thờ đâu."

Thằng Hạ ngạc nhiên:

"Chị Xuân em cũng nấu nước trái nầy gội đầu nhưng mà sao nghe mùi khác."

"Phải nướng nó lên."

"Chị Xuân cũng nướng xong rồi mới nấu."

Con Thân cười tiết lộ bí mật:

"Chị pha bông ngâu với bông lài vô."

Trong suy nghĩ mộng mơ của một thằng con trai mới lớn, con người con Thân toát ra một mùi thơm dịu ngọt quyến rủ không chỉ mùi bồ kết gội đầu pha bông ngâu và hoa lài nó đặt tên là *mùi con gái* mà ở chị Xuân của nó không có.

Còn một điều bí mật nữa là con Thân tắm bằng xà-bông Cô Ba của ông Trương Văn Bền mới đưa về bán ở miền nầy thời gian gần đây, chớ thiệt ra nó có mặt ở Sài Gòn lâu lắm rồi. Bữa nọ con Thân thấy người ta quảng cáo cái bức ảnh cục xà-bông hình chữ nhựt màu xanh nước biển trong đó có hình một phụ nữ đeo chiếc kiềng vàng, mà nghe người ta nói Cô Ba chính là phu nhơn của ông đó. Đúng như quảng cáo, sau khi tắm nó phảng phất mùi thơm mới đặc biệt, khác với mùi xà-bông sả lâu nay.

Trong xóm nầy, người nghèo giặt quần áo vò vò rồi lấy tay đập bịch bịch đảo qua đảo lại hai ba lần, xong xả nước cầu ao - nước chùa mà! Gia đình kha khá thì giặt bằng xà-bông cục cắt ra từ một cây xà-bông dài khoảng hai gang tay màu ngà ngà như màu da lưng bàn tay của người ở không. Kịp tới khi thấy quảng cáo xà-bông bột "Trắng gì mà trắng thế, Viso!" thì hai đứa con gái bàn nhau mua về giặt đồ đi học - đồ bận ở nhà thì không được diễm phúc gần gũi với Viso. Đặc biệt, ý của hai đứa nó là không xả hết bọt mà để lại nó mới có mùi thơm!

Mấy tháng nay nghe người ta xầm xì rằng ba của hai chị em thằng Hạ ve được cô Tám. Hơn nữa, con Xuân và con Thân cùng trang lứa lại còn theo trung học nên thân nhau là lẽ dĩ nhiên. Cái gì con nầy làm và có thì đứa kia cũng vậy, "Cặp bài trùng mà!" người ta nói. Con Xuân cũng gội đầu bằng bồ kết cũng xức tóc bằng dầu dừa cũng tắm bằng xà-bông Cô Ba và cũng giặt áo dài đi học bằng xà-bông bột Viso, nhưng thằng Hạ lại thấy thích cái mùi tổng hợp - *mùi con gái* của con Thân.

Con Thân biết ý nên chìu theo sở thích của nó. Mỗi khi nó ghé con Thân câu giờ biểu nó ngồi chơi một chút đợi chị tắm gội đầu. Xong, con Thân kêu nó lại ngồi gần để nghe người nó run lên và tim nó đập loạn nhịp riết cũng ghiền và nó mê mẩn cái mùi ấy. Con Thân quấn đầu bằng cái khăn lông trắng thằng Hạ cho nhưng tóc vẫn còn ướt quyện sát thái dương và trên cái cổ nõn nà mà tự nhiên nó nuốt nước miếng nhìn hoài không chán. Con Thân cười mỉm chi hỏi:

"Nhìn gì nhìn dữ vậy?"

Bị bắt quả tang, nó mắc cỡ. Cái dáng phụ nữ mới tắm gội đầu nhìn nghiêng tóc che nửa khuôn mặt chữ điền khiến nó không thể không khen qua câu ca dao:

"Mặt má bầu ngó lâu muốn chửi, Mặt chữ điền ngàn rưỡi muốn mua."

"Mặt chữ điền là sao?"

"Chữ điền là hình vuông. Mặt chữ điền hơi hơi giống hình vuông chớ hổng phải vuông vức như cái hộp đâu. Người có khuôn mặt nầy cương nghị và quyết đoán."

"Em học coi tướng hồi nào vậy?"

"Hổng cần đọc sách coi tướng cũng thấy chị đẹp ghê!"

"Chị đẹp thiệt hôn?"

"Thiệt mà! Ngoài khuôn mặt chữ điền, cặp mắt trong khe với cái cổ trắng nõn," nó nhìn cái cổ con Thân đột nhiên yêu sách. "Chị cho em rờ thử một cái nha?"

"Ừa, rờ đi."

Vừa rờ và tha tha lên phía dưới ót con Thân, trong lòng nó hình như có cái gì thay đổi trong khi con Thân gờn gợn cảm giác thích thú:

"Em thấy sao?"

"Ừa, mát rượi hà!"

"Mát thôi hả?"

"Thấy *đã* lắm!"

"Thấy *đã* thì thỉnh thoảng chị cho rờ."

Hai chị em nhìn sâu vào mắt nhau….

Trong trường, hai chị không phải hoa khôi hay á hậu vì sức học tàng tàng nhưng nổi tiếng nhờ có khiếu văn nghệ và cũng nhờ *thằng bảo vệ yếu nhơn* học giỏi. Nhiều đứa dám phán một câu bạt mạng không sợ mích lòng "Thằng Hạ còn giỏi hơn giáo sư nữa: Nó dạy dễ hiểu hơn ông thầy." Có thể kiếp trước thằng Hạ là giáo sư toán hay sao mà hình học đại số gì nó cũng biết trong khi chị Thân và chị Xuân của nó mù mịch như *uất trì cung* như khói đốt đồng mùa hạ.

Chị Thân tâm sự:

"Con gì chị cũng biết, cây gì chị cũng thông. Nhưng mà cộng trừ nhơn chia hình nầy hình nọ khó hiểu quá. Lúc nào quởn em chỉ thêm giùm chị với con Xuân coi chớ để học dở quá thấy cũng kỳ."

Rồi chị nhập đề liền:

"Cái gì mà thương số tích số?"

"Hai *thằng* cộng lại thì ra tổng số, trừ nhau thì hiệu số, nhơn nhau thì tích số, còn chia nhau thì thương số."

"Nói dài dòng khó hiểu quá. Cho thí dụ coi," chị Thân có vẻ nóng ruột nói.

"Thí dụ hai con số 8 với 2 đi. Cộng lại thành 10 là tổng số, trừ thành 6 là hiệu số, nhơn nhau ra 16 là tích số, còn 8 chia 2 thành 4 là thương số."

"Ừa, vậy hiểu rồi, nhưng chắc khó nhớ."

"Phải rán nhớ thôi chớ đâu có câu thiệu như trong nghề võ."

Qua tới cái màn hình học, chị Thân thắc mắc:

"Còn cái gì mà tam giác tứ giác ngũ giác?"

"Nhứt nhị tam tứ ngũ lục thất bác cửu thập là đếm từ một tới mười theo chữ nho. Nhứt là một gạch, nhị là hai gạch hổng thành hình được mà phải tam là ba cạnh trở lên mới thành hình; còn giác là góc. Từ đó thành ra hình tam giác có ba góc, hình tứ giác có bốn góc, hình ngũ giác có năm góc...."

"Sao hổng kêu hình ba góc, hình bốn góc... mà lại xài chữ nho chi cho rắc rối quá?"

Thằng Hạ bối rối, ngẫm nghĩ một hồi mới trả lời:

"Ừa, hổng biết nữa. Chắc tại mình chịu ảnh hưởng của Tàu. Rán học đi mai mốt làm lớn thì mình đổi lại cũng còn kịp."

"Chắc làm lớn hổng nổi rồi."

"Sao hổng nổi?"

"Học hổng ra ôn gì hết làm sao mà làm lớn được?"

"Phải có ước mơ lớn lên mình làm cái gì?"

"Tao hổng muốn làm gì hết, chỉ muốn làm nội trợ sống bình yên," chị Xuân xen vô.

"Vậy em muốn làm cái gì?" Chị Thân hỏi.

"Em muốn làm giáo sư dạy học trò."

"Ừa, em giỏi toán thì làm giáo sư toán là đúng rồi."

"Chị có khiếu về cây cối và thú vật thì có hai nghề thích hợp nhứt với khả năng của chị."

"Nghề gì?

"Học nông lâm súc hay làm bác sĩ," nghĩ một lát nó nói thêm. "Bác sĩ thú y là hợp với năng khiếu của chị nhứt."

"Bác sĩ là bác sĩ, kỹ sư nông lâm súc là học làm ruộng và nuôi gia súc sao lại gộp chung lại?" Chị Xuân thắc mắc.

Mới trung học mà nó có nhơn sanh quan nghe cũng có lý, "Nói vậy chớ phải chọn cái nghề mình thích thì mới tiến trong nghề nghiệp và sống cuộc đời hạnh phúc được!"

Nhưng rồi cả ba người học trò miền quê không có dịp làm lớn để cải cách giáo dục theo cái kiểu gọi hình tam giác là hình ba góc hình tứ giác là hình bốn góc. Anh Hạ không có dịp làm giáo sư toán. Chị Thân không có dịp làm bác sĩ thú y. Chị Xuân không có dịp làm nội trợ… khi giặc giã nổi lên và tình hình chiến sự ngày càng sôi động. Ở trường hai chị là "một cây" văn nghệ văn gừng nên lúc mặt trận mới nổi thì mùa hè chị Xuân và chị Thân vô bưng học làm biên đạo múa đặng về tập văn nghệ và dạy cho mấy đứa nhỏ.

Sau nầy nó nghe hai chị kể lại, *họ* dắt mình đi một ngày một đêm mới tới nơi, "Hình như họ xí gạt mình hay sợ lộ bí mật."

Chị Thân có vẻ hơi bất mãn, "Tưởng chơn trời góc biển nào xa lắc xa lơ miệt biên giới Miên chớ hóa ra ở đám lá tối trời bên xã Nhựt Ninh quận Tân Trụ sát con sông Vàm Cỏ Tây."

Chị Xuân tỏ ra rành sáu câu, "Từ chỗ mình bơi xuồng chừng mấy tiếng đồng hồ tới sông Vàm Cỏ Đông. Từ đây thả xuôi dòng tới chỗ rẽ hai con sông Vàm Cỏ là tới nơi chớ gì. Xã Nhựt Ninh ngay chỗ ngả ba sông Vàm Cỏ đó."

"Em có thằng bạn gốc xã nầy ra trọ học ở Cần Đước," anh Hạ nhớ có lúc theo thằng bạn cùng lớp về bên nhà nó chơi đặng gặp anh cán bộ nói chuyện cách mạng và mặt trận. "Còn nếu không nữa thì đáp ghe máy ra chợ Rạch Kiến, đi qua Tân Trạch rồi xuống bến đò Bến Bạ. Từ đây nếu đi ngược lên là Vàm Nhựt Tảo, còn xuôi dòng con sông Vàm Cỏ Đông là tới đám lá tối trời." Anh Hạ bày cách đi đường bộ.

Khi đó cũng là lúc trường quận hết lớp thì anh Hạ lên Sài Gòn học đệ nhị cấp. Tất cả bỏ lại sau lưng nhưng anh Hạ mang theo mùi tóc chị Thân lên tận nơi ở mới, vô phòng trọ, vào lớp học, và vô thư viện. Mấy năm kế tiếp, giặc càng mạnh lấn chiếm các vùng nông thôn biến thành *xôi đậu* khiến cuộc chiến vào thế dằng co giữa hai bên hắc bạch. Mấy đứa học trò miệt vườn hồn ai nấy giữ nên không còn gặp nhau, nhưng mùi tóc và mùi con gái chị Thân vẫn mãi quyện trong lòng anh Hạ.

Hết nguồn tiếp tế từ nông thôn và hết nơi bấu víu từ gia đình, vừa thi đậu tú tài anh Hạ đi lính liền, ấp ủ theo mùi tóc và mùi con gái của chị Thân. "Nếu không, mai mốt bị động viên thì thiệt thòi." Sau chín tháng quân trường làm sanh viên *con bà phước*, "Quỳ xuống các sinh viên sĩ quan, đứng lên các tân sĩ quan" anh về làm trung đội trưởng địa phương quân đóng ở tỉnh lỵ Tân An. Là người học trò đầu tiên làm quan trong dòng họ, anh hay nói "hây hổng bằng hên" trong lúc một số lớp bạn cùng trang lứa nhảy vô bưng theo đàng trong.

Tết năm ấy lũ nó đưa giặc về phá nát làng mạc xóm ấp tan tành chẳng riêng gì gia đình chị Thân. Cùng đường, chị ẵm con đi tìm anh Hạ. Sau cuộc hành quân tuần tra an ninh ven tỉnh lỵ về, anh đang ngồi nhâm nhi chai bia *Con Cọp* ở cái bàn gỗ thông thùng đạn pháo binh suy nghĩ về cuộc chiến và chuyện không giữ lời hứa của phía bên kia thì thằng tà-lọt vô báo cáo "Có một chị ẵm con tới tìm thiếu úy" thì mấy tên lính bàn *mao tôn cương* với nhau "quất ngựa truy phong rồi." Thằng kia nói "chơi rồi chạy làng." Thằng nọ thì nói "bỏ của chạy lấy người." Vậy mà ông chuẩn úy cũng nghe được bèn la tụi lính, "Tụi bây đừng có nói xàm."

Vừa gặp lại nhau, anh Hạ chưa kịp chào hỏi hay nói năng gì thì chị Thân ôm anh Hạ khóc òa lên:

"Bây giờ chị chỉ còn mình em là thân nhứt chớ đâu còn ai nữa."

"Cô Tám đâu?" Anh ngạc nhiên.

"Má bị lạc đạn chết rồi."

"Còn chồng chị đâu?" Anh Hạ nhìn đứa bé còn ẵm nách.

"Hôm Tết tưởng hưu chiến thiệt ảnh về quê hổng dè bị bắt đi mất tích mấy ngày sau mới tìm được xác," chị càng khóc lớn.

Trong vài ngày thời gian *ngập ngừng* trôi qua trong lòng người cô phụ và anh chàng chuẩn úy sữa. Cả hai người cùng nghĩ về kỷ niệm thời vàng son mới lớn. Sáng sáng cả ba đứa hẹn nhau tại ngả ba Trụ Đá rồi theo con lộ đất đầy sương sớm qua hai cái cầu - cầu Ông Bộ và cầu Ông Tánh - mới tới chợ Rạch Kiến. Tại đây trước khi tới trường, có bữa cả ba đứa ăn bún chả giò nửa chừng phải mua thêm năm cắc bún-không trộn vô mới vừa cho cái bụng con nít đang lớn.

Bên ngoài chiều xuống thấp. Vài tia nắng vàng còn vương vấn xuyên qua khe hở vách tôn rải những sọc dài lên cái bàn gỗ thông thùng đạn.

Chị Thân rót chai xá xị *Con Nai* của hãng Phương Toàn ra ly uống thử rồi cho thằng Tí, chị nói "Nó thích xá xị hơn nước cam vàng."

Chị mở nắp chai bia đưa cho anh Hạ:

"Mấy ông nói bia *Con Cọp* ngon hơn bia *Trái Thơm,*" chị cười nói thêm. "Đàn ông con trai như em phải uống bia *Con Cọp* mới mạnh như cọp!"

"Còn uống bia *Trái Thơm* thì sao?" Anh Hạ cắc cớ hỏi.

"Đâu có sao. Nghe người ta nói vậy," chị Thân cười huề vốn. "Chắc thơm râu!"

"Em đâu phân biệt bia nào là bia nào, uống cho đỏ mặt chơi vậy thôi."

"Ừa! Ông bà mình nói *Nam vô tửu như kỳ vô phong* mà!"

Trở lại chuyện cũ, với vẻ mặt buồn rười rượi chị kể lể:

"Sau khi em đi rồi chị buồn ghê, nhứt là sau khi

má chết rồi ảnh chết. Có lúc chị muốn…" chị thổn thức. "… nhưng rồi chị nghĩ tới em, cái phao cuối cùng của cuộc đời."

"Em lúc nào cũng nhớ mùi tóc của chị," anh Hạ tiếp.

"Mùi tóc hay mùi con gái của chị hồi mới lớn?" Chị Thân cười ranh mảnh. "Chị biết hết. Đừng có mong mà qua mắt chị được!"

Mùi tóc của chị Thân là một tổng hợp của bồ kết, hoa ngâu, bông lài, và dầu dừa. *Mùi con gái* là có thêm xà-bông Cô Ba và bột giặt Viso, nhứt là đôi mắt viền đen và bộ ngực đã qua thời mới phát triển vú cau cùng cái ót trắng ngần… .

Trao thằng Tí cho Hạ, chị Thân đề nghị *giai đoạn Một:*

"Bây giờ em làm ba thằng Tí đi nha!"

Anh Hạ đón lấy thằng nhỏ hun lên má nó một cái, thọt lét cho nó cười hắc hắc:

"Làm cha ngang xương vậy hả?"

"Cha đỡ đầu, cha nuôi vậy mà," chị Thân cười bằng đôi mắt có đuôi.

"Vậy mất duyên con trai tân hết!"

"Đừng sợ mất duyên. Chừng nào muốn lấy vợ để chị lo. Để chị kiếm coi đứa con gái nào xứng xứng chị làm mai cho."

"Bây giờ cũng chưa muốn. Thời chinh chiến mà. Lính tráng sống nay chết mai," anh Hạ bác ra.

"Bộ muốn chơi qua đường thôi hả?"

"Sợ lên bàn thờ thì tội nghiệp người ở lại!"

"Thời chiến mà. Ai tránh được kiếp nhà binh. Phải chấp nhận thôi."

Chị vẫn gội đầu bằng nước bồ kết nướng pha thêm bông ngâu và hoa lài, và tắm với xà-bông Cô Ba, quấn cái khăn lông kỷ niệm. Vừa nhắc chuyện thời xưa vừa đợi tóc tương đối khô. Chị kẹp mớ tóc lòa xòa hai bên thái dương bằng mấy cái kẹp nhỏ và không quên dùng cái kẹp lớn kẹp mớ tóc đuôi gà. Các động tác lập lại y hệt như của thời con gái khiến anh nhớ mấy sợi tóc ướt quyện vô thái dương và cái cổ trắng nõn nà *muốn cắn* của chị Thân.

Hạ say đắm nhìn chị Thân, sống lại kỷ niệm xưa, tim cũng đập mạnh như lên máu. Chị Thân nhìn lại Hạ vừa cười vừa nói:

"Hạ có nhớ hồi đó chị hỏi em nhìn gì nhìn dữ vậy, em mắc cỡ quay đi chỗ khác nhưng không kềm được nhịp tim đập loạn xạ," chị Thân đồng tình. "Chị cũng rung động vậy, trai gái mới lớn gần nhau mà!"

Chị Thân đang tiến hành *giai đoạn Hai* giả vờ nói "Chị…" chị Thân dừng lại, đổi cách xưng hô. "… Tui cũng đang tìm một đứa con gái đặng làm mai cho Hạ" mà không có đứa nào bằng chị hết:

"Hạ có từng nghe ông bà mình nói *gái một con* chưa?"

"Gái một con trông mòn con mắt," anh Hạ tiếp theo đọc thuộc lòng câu thành ngữ.

Chị Thân trao ánh mắt yêu thương cười chúm chím, *"Ba thằng Tí* có thấy *mòn con mắt* hôn?"

■ nsh-250911 nhuận sắc 251006

HỘI NGỘ NGÀN SAU

truyện ngắn

Chuyến xe đò Hiệp Nghĩa từ Chợ Xóm Củi về Cần Đước chật ních người không còn chỗ ngồi. Thằng học trò nhường cho một bà mẹ ẵm đứa con nhỏ xíu trên tay, tay kia xách cái giỏ đệm. Nó vịn cây thanh đứng, kế bên anh Huân. Gặp chỗ đường ghồ ghề xe lắc lư cả hai đều nghiêng ngã va chạm nhau. Anh Huân có cảm tình với "thằng em nầy có giáo dục đây, biết nhường chỗ cho người già cả người phụ nữ tay bế tay bồng hay nói chung thanh niên nhường cho phụ nữ." Thằng học trò nhìn anh Huân cười làm quen, ảnh cũng cười theo.

Một lát nó lên tiếng:

"Anh về đâu?"

"Anh về Cần Đước," Huân trả lời.

"Em cũng về Cần Đước," nó nói thêm.

"Em ở Cần Đước sao anh hổng biết?" Huân ngạc nhiên.

"Em đi học chớ hổng phải người ở đó."

"Vậy chớ em ở đâu?"

"Em ở Rạch Kiến."

Rạch Kiến là thị trấn của xã Long Hòa. Từ xã xuống quận chỉ có con đường độc đạo là Tỉnh lộ 18 từ Bình Chánh chạy ngang qua Cầu Tràm, Rạch Kiến, và Chợ Đào tới ngả ba Tân Lân ráp vô con đường Liên tỉnh số 5. Về giấy tờ hành chánh, người dân muốn xuống quận phải đi xe lam vì chưa có xe đò. Xây dựng từ hồi Pháp, thiếu tu bổ nên con đường nầy lổ chổ nhiều ổ gà có chỗ meo ra tới mí ruộng nhứt là chỗ cua con rạch ăn vô tới đường, tưởng chừng như mình đang chạy cặp mé sông.

Anh Huân thắc mắc:

"Em ở Rạch Kiến sao từ Chợ Lớn về?"

"Em đi thăm chị em ở trển."

Má thằng Ngộ sanh bốn lần mà chỉ nuôi được có hai đứa. Chị Năm nó chưa hết tiểu học nghỉ ở nhà phụ gia đình rồi lấy chồng lên Chợ Lớn sống mấy năm nay. Anh rể nó chạy xích lô máy còn chị nó bán hàng bông ở chợ Xóm Củi. Ai cũng thắc mắc sao chị nó thứ Năm. Nó giải thích bà má trước đẻ chị Hai anh Ba và chị Tư. Nó không biết tại sao hai người rã gánh, nên ông già *đụng* má nó. Người chị đầu tiên của nó tính tiếp theo là chị Năm, còn nó ở nhà tên là thằng Tám - hàng xóm láng giềng chẳng ai biết nó tên Ngộ - Ngô Đình Ngộ.

"Em học Bán công Tấn Thành hay Trung học Cần Đước?"

"Dạ, Trường Cần Đước."

"Học lớp mấy?"

"Dạ, đệ Tứ," nó lịch sự trả lời, lại hỏi. "Anh làm gì ở đây?"

"Quê anh mà. Tuần nào anh cũng về thăm bà già."

"Vậy anh làm gì ở Sài Gòn?"

"Anh còn đi học chớ chưa làm gì hết."

Anh Huân cao hơn nó, gương mặt có vẻ lai Tây chớ không giống người Việt thuần túy. Trán cao mắt sáng trông điển trai, vóc dáng lý tưởng cho nhà binh và cho cả các cô gái tuổi cặp kê.

"Thấy anh lớn chắc học đại học hả?" Thằng Ngộ đoán chắc anh Huân lớn hơn nó ít nhứt cũng năm bảy tuổi.

"Dà! Đại học Khoa Học."

"Mà khoa nào?"

"Khoa toán."

Xe chạy chậm chậm lại sắp dừng. Mọi người xôn xao lố nhố. Tiếng người lơ xe vang lên:

"Ngả ba Tân Lân đây… Bà con chuẩn bị xuống xe."

Mọi khi nó đi học bằng xe đạp từ Chợ Kiến - nói tắt của Chợ Rạch Kiến - nên chỗ ngả ba Tân Lân quá quen thuộc. Xóm nầy chưa tới mười ngôi nhà nhưng lại có hai thằng bạn học cùng lớp với nó, không phải anh em mà có tên Hòa và Thuận mà bữa nào đi sớm - đi sớm hoài - nó hay ghé chơi. Chỉ có người lối xóm mới biết có phải tại thằng Hòa có đứa em gái tên Bình xinh như búp-bê không. Chơi một hồi canh sắp tới giờ thì ba đứa cùng đạp xe đi chừng hai cây số nữa là tới nhà thằng Long.

Nhiều người xuống xe nên giãn bớt, hai anh học trò lại băng ngồi.

Thằng Ngộ ngó anh Huân:

"Lát nữa em xuống chỗ Bà Lựu."

"Tại sao xuống đó?"

"Nhà thằng bạn học cùng lớp."

Thằng nầy là bạn cũng là đối thủ của thằng Ngộ. Suốt từ đệ Thất tới đệ Tứ có rán cách nào nó cũng không thể leo lên hạng nhứt giành chỗ của thằng Long được. Hai thằng chơi thân không ganh tị vụ hạng nhứt hạng nhì. Nó dễ thương và siêng việc, bữa nào ở lại nó phụ thằng Long dọn hàng nên được bà Chín thương coi như con. Mà nghe đâu bả còn bàn với bác Chín trai mai mốt gả con em thằng Long cho nó, nhưng nó không thích vì con nhỏ nầy giống hịch thằng anh ở chỗ xấu đều.

"Em ở trọ nhà nó hả?" Anh Huân hỏi.

"Cũng không hẳn, em đi đi về về."

"Phải thằng Long hôn? Má nó bán hàng bông ngoài chợ?"

"Dà! Đúng rồi."

"Vậy trưa mai hai đứa qua nhà anh chơi. Thằng Long biết nhà, nó sẽ dắt em đi," anh Huân nói thêm. "Có cả thằng Thuận và thằng Hòa nữa."

Anh Huân quen biết thằng học trò vậy đó mà cũng chưa hỏi nó tên gì nhưng anh kết nó liền.

Về nhà, anh Huân khoe với con Ngôn rằng anh mới quen với một thằng học trò chơi thân với thằng Phan Xích Long bên ấp Bà Lựu. Bốn anh - gồm cả thằng Hòa và thằng Thuận - tính họp bàn mở lớp dạy kèm thiện nguyện cho mấy em muốn học thêm Toán Lý Hóa tại ngôi nhà nền đúc của anh. Anh mộng lâu lắm rồi bữa nay mới có dịp. Đặc biệt anh Huân kêu con Ngôn em gái lối xóm tới họp chơi nữa.

Nhưng con nhỏ nầy từ chối:

"Thôi, mấy anh họp đi chớ em biết gì mà họp."

"Sẵn dịp anh giới thiệu một thằng em mới."

Ngoài mấy anh lớn lớn có cả hai anh Hòa và Thuận ở ngả ba Tân Lân, hai anh em thằng Long con Ngôn cũng quen biết nhưng thằng Long không có trong mắt nó. Nay anh Huân muốn trình làng một anh chàng khác, nó đồng ý liền:

"Vậy thì đi nghe mấy anh nói chuyện."

Không kềm được niềm vui, con Ngôn tưởng tượng một thiếu niên mặt mũi khôi ngô tuấn tú như hoàng tử trong truyện cổ tích.

Xóm của con Ngôn chỉ cách chợ chừng non cây số mà con trai cũng như gái học hết lớp Nhứt đều nghỉ hết, chỉ còn lại mình con Ngôn. Anh Huân nghĩ chắc tại nó có một người cậu đang làm gì ở Sài Gòn được tiếp xúc với ánh sáng văn minh mớm ý. Bạn thân của con Ngôn trước sau chỉ có ba đứa con gái. Ông trời sắp xếp làm sao mà bốn đứa con gái nầy có tên ghép lại nghe đặc biệt như bài bản của ông Khổng Tử: Công, Dung, Ngôn, Hạnh. Con Ngôn mỗi lần muốn tới nhà thăm đứa nào đều dắt anh Huân theo hộ tống.

Con Dung con bà thợ may ở ngoài chợ, ngay cửa trường trung học. Dân chợ nên con nhỏ nầy chơn giày chưn guốc, trông sáng sủa con gái. Tiếng tăm nó vang xa từ ngày cô Huỳnh Diệu Bích dạy Việt Văn xuống ở trọ nhà nó. Thực sự một mình cô Bích xuất thân là giáo học bổ túc dạy Việt Văn chưa chắc được nhiều người biết tới được mà nhờ ông xã của cô là Nhà thơ Tô Thùy Yên nổi danh khắp nước qua các bài *Hoàng Sa Hành* và *Trường Sa Hành;* và *Chiều Trên Phá Tam Giang* mà Nhạc sĩ Trần Thiện Thanh đã phổ nhạc.

Theo con đường đất đỏ từ nhà con Ngôn ngang qua chùa Thầy Tám vô chút nữa là ngả ba Ba Khọn, quẹo trái vô Tân Chánh là nhà con Công. Đúng như tên gọi, con Công giống như con trai vai u thịt bắp, giọng nói ồ ề chuyên gánh vác việc nặng. Trước khi tới ngả ba phải ngang qua Thánh thất Cao Đài nếu đi thẳng thì tới bến đò Bà Nhờ là nhà con Hạnh. Con Hạnh nhỏ người yểu điệu thục nữ nói năng nhỏ nhẹ. Trong bốn đứa, con Ngôn nổi nhứt nhờ học giỏi vì nó chịu khó *gạo bài* và ở gần nhà *anh thầy* Huân.

Ngoài ra, đáng lẽ con Ngôn phải được đặt tên là Lệ hay Mỹ Lệ vì từ hồi nhỏ cặp mắt nó lúc nào cũng ươn ướt trông như muốn khóc nhưng thiệt sự không phải. Những người có học đọc sách ở đâu đó cho là đôi mắt nó lãng mạn thế nào sau nầy tình duyên cũng trắc trở. Tử vi nói nó có số đào hoa. Con trai có số đào hoa thì còn đỡ chớ con gái thì khổ cả đời. Thầy bói nói với đôi mắt đó, nó nhìn ai hay ai nói chuyện với nó một lần là bị hốt hồn luôn. Bản tánh nó vui vẻ, năng động, và hay giúp bạn bè nên bất kể trai hay gái đều bu quanh.

Mấy năm sau tới kỳ thi - cả cô Ngôn và anh Huân nhớ rất kỹ đó là ngày Mười Lăm tháng Năm năm Một ngàn Chín trăm Sáu mươi Lăm - anh Huân đưa cô Ngôn xuống Tỉnh lỵ Tân An thi Trung học Đệ Nhứt cấp, rộng lượng lo tất cả chi phí từ đi đứng, ăn uống, chơi bời, và vân vân. Anh Huân mướn khách sạn cho hai anh em ở. Anh Huân đưa cô Ngôn đi coi Trường Trung học Tân An nơi mà tất cả học trò đệ nhị cấp các quận mai mốt đây đều đổ dồn về vì các quận thời bấy giờ chưa có lớp đệ Tam.

Trong bữa ăn chiều, anh Huân kể thời chống Tây, Phong trào Nghĩa Hòa Đoàn nổi lên từ vùng đất Tân An:

"Nhưng phong trào nầy không có người nào nổi bật," anh nói tiếp. "Nhà cách mạng Nguyễn An Ninh sanh đẻ tại xã Long Thượng -quận Cần Giuộc nhưng hoạt động chống Tây ở vùng nầy. Ông học trường Tây nhưng có tinh thần yêu nước nên chống Tây hết mình đó."

Cô Ngôn hỏi về anh hùng Nguyễn Trung Trực đốt tàu Tây.

"Ông Nguyễn Trung Trực là dân xã Bình Nhựt -quận Bến Lức, nổi tiếng với trận hỏa công đánh chìm chiếc tàu L'Espérance của Pháp trên Vàm Nhựt Tảo." Anh giải thích thêm chi tiết. "Chỗ nầy sông Vàm Cỏ Đông chảy từ tây bắc xuống đông nam. Bên kia bờ bắc không xa là vàm Đôi Ma từ xã Long Cang chảy qua xã Phước Vân tới Rạch Kiến. Bên nây bờ nam là sông Nhựt Tảo thuộc xã An Nhựt Tân -quận Tân Trụ. Chính tại cửa sông nầy - người ta gọi là vàm - anh hùng Nguyễn Trung Trực xử dụng chiến thuật hỏa công đánh chìm chiếc tàu Pháp đó."

Anh Huân nói thao thao bất tuyệt như giáo sư sử địa, "Con sông Vàm Cỏ Đông bắt nguồn từ tuốt bên Miên chảy xuống Tây Ninh tới Hậu Nghĩa qua cầu Bến Lức; con sông Vàm Cỏ Tây cũng bắt nguồn từ bên Miên qua Mộc Hóa tới cầu Tân An. Hai con sông nầy chảy cặp theo hai bên Mỏ Vẹt rồi nhập lại ngay tại xã Nhựt Ninh -quận Tân Trụ, năm cây số hướng tây chợ Cần Đước. Từ đây con sông Vàm Cỏ, người ta không thêm *đông-tây* nữa, chảy ra biển Đông qua cửa Soài Rạp."

Anh kể tiếp, "Nhưng cái khí phách của ổng mới đáng nể, như của Trần Bình Trọng." Anh Huân đọc lại lời của ông Nguyễn Trung Trực lúc bị đưa ra pháp trường. *Bao giờ Tây nhổ hết cỏ nước Nam thì mới hết người Nam đánh Tây!*

Cô Ngôn nghe say mê như dự một buổi thuyết trình về lịch sử, nhưng còn thắc mắc một chuyện:

"Còn vụ *Lửa Hồng Nhựt Tảo*?"

Anh Huân đang say mê tiếp, "Chỉ là một vụ, là vụ đánh chìm tàu Tây đó. Nhà thơ Huỳnh Mẫn Đạt khen bằng hai câu thơ '*Hỏa hồng Nhựt Tảo oanh thiên địa, Kiếm bạt Kiên Giang khấp quỷ thần.*' mà Thái Bạch dịch là '*Lửa bừng Nhựt Tảo rêm trời đất, Kiếm tuốt Kiên Giang rợn quỷ thần.*'"

Cô Ngôn quá nể kiến thức sâu rộng của anh Huân, nghĩ không biết chừng nào mình được chỉ một phần của ảnh cũng đủ an ủi lắm rồi.

Hôm bữa vô khách sạn, cô Ngôn ngạc nhiên:

"Ủa! Sao có một cái giường?"

"Anh nhường em ngủ trên giường, anh ngủ xa-lông."

"Ai để anh ngủ vậy?"

"Không sao đâu. Anh thanh niên mà."

"Hay là anh cũng ngủ trên giường: anh một bên em một bên đâu có sao."

Anh Huân từ chối.

Buổi tối, cô Ngôn còn tiếp tục chịu khó ôn bài tới khuya. Anh Huân nằm ở xa-lông đọc sách một lúc rồi ngủ luôn.

Mỗi chiều cô Ngôn đi thi về, anh Huân hay hỏi:

"Em làm bài sao?"

"Em làm được hết."

"Có trúng tủ hôn?"

"Hổng trúng tủ nhưng cái cách giải toán đó mấy anh đã chỉ nên em thuộc lòng cách làm," cô Ngôn nói cho vui lòng anh Huân. Thực ra cô học thêm là vì các đứa bạn và nhứt là vì *anh thầy giáo mới*, linh hoạt và vui vẻ hơn *thầy* Huân và các anh khác.

"Mấy môn hệ số cao mà em làm được vậy thì chắc ăn rồi," anh Huân hớn hở ra mặt.

Sẵn thấy anh Huân vui, cô Ngôn viết mấy câu thơ trên một miếng giấy học trò đưa cho anh Huân: *"Nắng chiều đốt mái cô liêu, Làm em không biết tình yêu là gì?"* Anh Huân không hiểu ý cô em gái, xuất khẩu thành thơ liền viết trở lại: *"Tình yêu phức tạp vô nghì, Mà suy nghĩ tới làm chi ngỡ ngàng? Lời người đã nói nhớ chăng? Là người thời loạn gái bằng thân trai. Đợi ngày đất nước thanh bình ấy, Mọi người trai gái hãy yêu nhau."* Cô nghĩ anh Huân rán làm cho hợp vần chớ ý nghĩa ăn trét không đâu vô đâu nhưng không dám làm phật lòng anh Huân.

Cô lại nói:

"Em nghe ca dao nói như vầy nè anh: *'Học mà không chơi: đánh rơi tuổi trẻ. Chơi mà không học: bán rẻ tương lai. Thôi thì ta chọn cả hai, Vừa chơi vừa học, tương lai huy hoàng.'"*

Anh Huân vuốt theo:

"Thì trước sau gì mình cũng đi chơi chớ đâu có về sớm vậy. Anh tính mai mình đi thăm ông Đạo Dừa. Em có muốn đi chơi đâu nữa hôn?"

"Em chỉ nghe ông Đạo nầy nổi tiếng chớ hổng biết chỗ nào khác. Anh dắt đi đâu thì em đi đó."

Sau hai ngày thi xong như rũ gánh nặng trên vai, anh Huân đưa em gái đi xuống Mỹ Tho qua cù lao Phụng bên Bến Tre thăm ông Đạo Dừa mới biết ông đạo nầy chỉ ăn cơm dừa và uống nước dừa chớ không dùng một thứ thực phẩm nào khác. Báo đăng ông đã đậu kỹ sư Hóa học bên Pháp mà chống Tây theo kiểu bất bạo động như ông Gandhi chống đế quốc Anh. Ông từng tuyên bố nếu được làm tổng thống thì ổng sẽ làm nhà thương thuyết với lãnh tụ của cả hai miền Nam-Bắc, và trong vòng một tuần lễ sẽ đem lại hòa bình cho đất nước.

Nhưng không ai tin ông có thể thương thuyết thành công với Hà Nội đang âm mưu thôn tính miền Nam nên ông bèn đi tu theo kiểu riêng. Người ta kể hôm nào có người ngoại quốc tò mò tới phỏng vấn, ông trả lời bằng tiếng Tây như gió. Có lẽ học hóa học nên ông biết trái dừa cũng đủ dinh dưỡng nuôi sống con người. Ông trông ốm nhom lòi xương nhưng rất sáng suốt. Kiến thức bao la, ông hầu như biết tất cả mọi chuyện đông tây kim cổ trên trời dưới đất. Sự hiểu biết rộng rãi của anh Huân cũng không giải thích cho em gái hiểu được.

Mấy ngày vừa công việc vừa đi chơi anh Huân vẫn là người anh và cô Ngôn vẫn là cô em gái.

Sau khi được tin bảng vàng đề tên em gái, bữa tối anh Huân ăn mặc tươm tất - quần tây áo sơ mi trắng dài tay bỏ vô trong, chỉ thiếu cái cà-vạt - qua nhà cô Ngôn.

"Ủa! Anh định đi đâu mà lịch sự vậy?" Cô Ngôn ngạc nhiên hỏi.

"Đâu có đi đâu đâu," anh Huân đáp lời với vẻ nghiêm trang. "Anh muốn nói chuyện với em."

Anh Huân tự ngồi xuống ghế đối diện, trông có vẻ không bình thường như bấy lâu nay, nhìn cô Ngôn, mở lời một cách khó khăn:

"Đậu bằng Trung học là em đã lớn rồi."

"Coi vậy chớ em đâu có thấy lớn," cô Ngôn chối, biết mình nói trớ chớ thực ra cô đã tự cảm thấy *trưởng thành* cả một hai năm nay rồi - từ ngày mấy anh học trò theo ve vãn.

"Ở tuổi nầy em có thể quán xuyến một gia đình," ngưng một lát anh nói tiếp. "Em thấy đó, má anh ngày càng già yếu."

"Dà! Em cũng thấy bà Năm…" cô Ngôn đồng ý với anh Huân.

"Anh cũng lớn, tới tuổi động viên rồi chớ anh đâu ở nhà hoài được."

Anh Huân ngập ngừng một lát, nhìn cô Ngôn bằng đôi mắt thiết tha:

"Lâu nay em cảm giác được tình cảm anh dành cho em hôn?"

"Dạ! Em biết mà!" Cô Ngôn trực giác như có chuyện gì nhưng vẫn trả lời. "Tình cảm anh dành cho một đứa em gái bé bỏng."

Anh Huân với nắm lấy bàn tay cô Ngôn đang để trên bàn:

"Hổng phải vậy!"

Ngôn để yên không dám rút tay về, sợ anh Huân buồn:

"Em hổng hiểu."

"Còn hơn như vậy nữa…"

Cô Ngôn nhìn anh Huân cảm thấy khó xử:

"Hổng lẽ..."

Anh Huân giảng bài *Tình Yêu*:

"Tình yêu là một cảm xúc sâu sắc, phức tạp, và mang tánh nhơn bản cao. Nó không chỉ là sự thu hút lẫn nhau mà còn là một trạng thái tinh thần mạnh mẽ và đẹp đẽ nhứt của con người. Nó giúp chúng ta vượt qua khó khăn, làm phong phú tâm hồn, và sống ý nghĩa hơn."

Cô Ngôn *đã yêu* nhưng chưa cảm nhận được ý nghĩa của tình yêu. Anh Huân giải thích tiếp:

"Riêng tình yêu đôi lứa là sự đam mê và lãng mạn gồm cảm xúc là khởi nguồn từ cảm giác rung động, ấm áp, và yên lành khi nghĩ tới hoặc ở bên cạnh *nửa kia* của mình. Đó là sự quan tâm, lo lắng cho hạnh phúc của người kia mà không cần điều kiện. Nó thường đi kèm với sự hy sanh, cống hiến, và xây dựng mối quan hệ bền chặt. Trong tâm lý học, tình yêu là nhu cầu căn bản của con người để cảm thấy an toàn, được yêu thương, và chấp nhận."

Anh Huân nhìn cô Ngôn thăm dò:

"Em biết từ lúc nào hôn?"

Cô Ngôn bối rối:

"Trước nay em coi anh như người anh lo cho em đủ mọi chuyện. Em cảm ơn và xin lỗi anh."

"Sao xin lỗi?

"Vì em đã..."

"Em đã yêu...?"

"Em *đã yêu*..." Cô Ngôn ngập ngừng không nói hết câu nhưng anh Huân đã hiểu.

Thời nầy tình hình chiến sự vẫn cầm chừng chưa tới hồi khốc liệt, lâu lâu mới có một trận nhưng ở đâu xa chớ không gần thành phố. Cuối năm, anh Ngộ thi rớt tú tài đôi bèn đi lính. Mặc dầu chánh phủ chưa ban hành lịnh tổng động viên và nếu có đi nữa thì anh Huân vẫn còn được hoãn vừa học vấn vừa gia cảnh nhưng anh tình nguyện đi Đà Lạt, mang trong lòng nỗi niềm uất hận cay đắng như nuôi ong tay áo. Hai năm sau, Khóa 22A của anh ra trường trong khi Khóa 22B còn học tiếp hai năm nữa.

Tại nhà Phan Xích Long ở Sài Gòn, hai thiếu úy *tình địch* gặp nhau không phải để so gươm đấu súng.

Anh Long cười với Ngộ. "Tướng mầy nếu hổng đi Không quân, Hải quân, thì Nhảy Dù lượm liền."

"Thì tao hổng Nhảy Dù đây sao?" Anh Ngộ móc cái nón bê-rê đỏ cho anh Long coi. Quay sang anh Huân, "Sau cái vụ 81 Thiên thần Mũ Đỏ mất tích trong chuyến bay C-123, em được bổ sung về tái lập Đại đội 72."

Anh Huân nói với vẻ xúc động:

"Anh có nghe vụ đó. Nguyên cả một đại đội không ai sống sót. Hổng tìm được xác chiếc máy bay C-123." Lại nói, "Hết phép anh đi trình diện Tiểu đoàn 44 Biệt Động Quân."

"Vậy anh là Cọp Ba Đầu Rằn vùng Bốn rồi. Còn em như thiên lôi, cầm búa sẵn ngọc hoàng kêu quánh là quánh liền." Để làm vui lòng anh Huân, anh Ngộ nói, "Thêm một thằng nữa, ba lực lượng tổng trừ bị Biệt Động Quân, Thủy Quân Lục Chiến, và Nhảy Dù giặc nghe là tán đởm kinh hồn!"

Trở lại chuyện hồi xưa, anh Ngộ nói như năn nỉ:

"Dầu sao em cũng phải xin lỗi anh. Hồi đó em cứ tưởng anh coi Ngôn như em gái thôi. Sao anh hổng nói?

"Anh nói sao được!" Anh Huân phân bua.

"Lúc mình chơi văn nghệ trong *Văn đoàn Thương*, lâu lâu từ Cần Đước anh còn dắt Ngôn lên Cần Giuộc họp hành. Em đâu thấy biểu hiện gì là hai người yêu nhau đâu!"

Anh Phan Xích Long xen vô *"Công anh chăn nghé đã lâu, Bây giờ nghé đã thành trâu ai cày."* ý ghẹo anh Huân chơi nhưng Anh Huân cười rộng lượng nói với Ngộ:

"Giả dụ như em biết thì em giải quyết sao?"

Anh Ngộ có cảm nghĩ như mình có lỗi dầu hồi đó anh vô tình không biết tình cảm anh Huân dành cho cô Ngôn:

"Thiệt tình nếu biết thì có hai giải pháp: Nếu là một người quân tử thì em lặn luôn không về Cần Đước nữa để xa mặt cách lòng. Hoặc là em viết thơ cho Ngôn, nói rằng em lên Cần Giuộc có người yêu mới. Kệ bấm bụng giả bộ khen người yêu mới cho nàng tức giận mà quên em."

Anh Long cười xen vô:

"Còn giải pháp thứ Hai là gì?"

"Tao hổng biết. Mầy cứu bồ coi," Ngộ nói với Long.

Anh Long chưa kịp có ý kiến thì anh Huân cười giả lả:

"Sĩ quan mà không biết xử trí tình huống sao?"

"Biết chớ sao không, anh..." Ngộ cười có vẻ mắc cỡ, "... nhưng tại vì tụi em đã lỡ *ăn cơm trước kẻng* rồi."

Không ngờ đó là lần gặp lại đầu tiên kể từ khi hai *tình địch* đi lính và cũng là lần cuối cùng. Sau khi Thiếu úy Ngô Đình Ngộ - lúc nầy đã tình nguyện qua Liên đoàn 81 Biệt Cách Nhảy Dù - hy sanh trong cuộc hành quân Delta 51 vùng Tam Biên, cô Ngôn dắt mấy đứa con trở về Cần Đước.

Anh Huân nhắc lại chuyện cũ, cô Ngôn nói:

"Hồi đó anh Long cũng theo em mà em hổng

thích."

"Con gái như nụ hoa mới nở mà," anh Huân cười vuốt theo. "Tại thằng Long xấu trai quá phải hôn?"

Cô Ngôn không trả lời thẳng, kể tiếp. "Có anh Hòa anh Thuận nữa. Đôi khi em cũng nghĩ tới anh nhưng thấy anh cứ dửng dưng. Em nghĩ anh chỉ thương chớ hổng phải yêu em."

"Có phải tại anh tỏ ra đứng đắn lắm hôn?"

"Có thể vậy. Với hơn nữa tại anh lớn hơn em nhiều. Em nghĩ anh chỉ coi em như em gái thôi."

"Tại anh kín đáo quá không biểu lộ tình cảm?"

"Với lại thấy bà Năm khó quá, em cũng ớn!"

Năm năm trời cách biệt, anh Huân một lòng chờ đợi cuộc tình tưởng đi vào quên lãng.

Cô Ngôn nói:

"Đám bạn em cả lô con gái mà đứa nào cũng mơn mởn đào tơ sao anh hổng chấm một đứa?"

"Duyên ai nấy gặp, em à," anh Huân lắc đầu, nhắc lại. "Bây giờ biết rồi thì em tính sao?"

Anh Huân *truy đuổi* để đi tới hồi kết cuộc. Như tình yêu hồi sanh, cô Ngôn chớp chớp mắt nhìn anh Huân, hẹn:

"Đợi cho em ba năm mãn tang chồng và với

điều kiện."

"Em muốn điều kiện gì anh cũng chịu."

"Cho em thờ ba sắp nhỏ."

"Được thôi em - Ngộ cũng là bạn anh mà," anh Huân nôn nóng, cười rút ngắn thời gian chờ đợi. "Bây giờ để tang chồng một năm thôi, em!"

■ nsh-250705 nhuận sắc 251006

BÁNH ĐÚC CÓ XƯƠNG

truyện ngắn

1

Vợ chồng ông chánh tổng đẻ rất nhiều con theo kiểu của mấy ông bà xưa của người mình, chừng nào hết trứng mới thôi. Bà Năm Độ được gả về một gia đình khá giả ở Rạch Kiến - ông Cả Bùi Công Đăng - có tiệm *bazar*, nơi mà anh Chín được gởi qua đi học *Cours Preparatoire* với ông Thầy Tư Xe là bạn của dượng Năm. Thường ngày, dĩ nhiên ngoài đi học anh còn phụ việc vặt trong nhà. Hơi lớn một chút, anh còn được bà Năm chỉ vẽ cách đứng bán hàng và quản lý công việc làm ăn. Dầu có hơi thông minh nhưng anh không chí thú lại hay lấy tiền đi đánh bài.

Thấy không xong, bà tổng bắt *ông con* về cưới vợ gốc Chợ Lớn mà cha là bạn đồng môn của ông tổng hồi học chữ nho. Chuyện học hành anh Chín có vẻ lơ là nhưng chuyện vợ chồng không ai dạy mà trong vòng hai ba năm anh chị cũng sản xuất được hai đứa một gái một trai đặt tên là con Hai và thằng Ba ai cũng khen kháu khỉnh, *con gái mắt bồ câu, con trai đầu phượng hoàng*. Rồi bất thần khi thằng nhỏ đâu khoảng một hai tuổi thì cơm không còn lành canh không còn ngọt nữa, chị Chín ẵm theo đứa con gái bỏ về nhà cha mẹ đẻ.

Người ta đồn rằng tại ảnh bỏ bê bà vợ. Không phải anh Chín *mèo chuột* mà ảnh mắc chứng bịnh không giữ tiền được. "Ảnh hổng lo gì cho gia đình hết; có bao nhiêu ảnh *nướng* hết bấy nhiêu," chị Chín thường hay nói vậy. Không biết sao các người lớn cũng đồng ý cho con Hai theo mẹ về Bình Chánh - Chợ Lớn ở với bà ngoại. Còn thằng Ba ở với anh Chín làm gà trống nuôi con mà ảnh chưa bao giờ rớ tới. Trước nay mọi chuyện đều *bán cái* cho bà vợ, ảnh đâu biết nuôi con nít đút từng muỗng cơm dỗ từng hớp nước.

Bấy giờ, cả bà tổng lẫn anh Chín nghĩ chắc chị Chín giận làm nư vậy rồi một ngày nào đó nguôi ngoai cũng sẽ trở về. Nhưng một tháng rồi hai tháng rồi ba tháng chị Chín vẫn bặt vô âm tín. Ở dưới nầy, phần lớn vì nhiều đêm cô đơn trằn trọc anh Chín nhớ vợ và nghĩ mới thấy thương chị Chín bèn lên nhà năn nỉ:

"Dầu gì vợ chồng mình cũng ăn ở với nhau có hai mặt con," anh Chín với vẻ ân hận, nhìn chị. "Tui cũng nhớ con Hai. Còn thằng Ba nó nhớ *mình* khóc hoài."

"Anh hứa bao nhiêu lần rồi chớ đâu phải lần thứ nhứt," chị Chín lắc đầu.

Anh Chín dụ khị:

"Nếu *mình* hổng vì tui thì cũng vì thằng Ba mà về đi. Tui thề..."

"Thôi, anh đừng thề nữa," chị Chín ngắt ngang.

"Tui hứa sẽ hổng bỏ bê mình," anh Chín lại năn nỉ tiếp.

Nhưng chị Chín nhứt định không trở lại vì chị đã chấm một người *đàng hoàng* hơn anh Chín rồi. Người đàn ông nầy là tình cũ đã theo đuổi từ hồi chị còn con gái lúc hai người học chung lớp chung trường ở Bình Chánh, nhưng tại gia đình ép gả cho anh Chín do hai ông già C*hỉ phúc Vi hôn* từ hồi hai người còn trong bụng mẹ!

Thấy con dâu cương quyết, bà tổng khuyên:

"Nó đã dứt khoát như vậy rồi, mầy có năn nỉ cỡ nào cũng hổng đi tới đâu," nghĩ tới thằng Ba, bà tiếp. "Thôi, mầy cũng hổng ở vậy mà tao thì đâu thể chăm sóc con mầy hoài được."

Anh Chín ngại ngùng nói với mẹ:

"Tui sợ cảnh mẹ ghẻ con chồng." Anh đọc tiếp hai câu ca dao: *"Mấy đời bánh đúc có xương, Mấy đời dì ghẻ mà thương con chồng."*

"Thì kiếm đứa hiền hiền một chút," bà tổng khuyên.

"Làm sao mà biết được, Má? Mới đầu nó giả bộ hiền lành rồi sau khi về nhà mình nó *trở ỏ* làm sao?"

"Ờ cũng phải," bà tổng đồng ý, suy nghĩ một hồi, nói tiếp. "Hay là kiếm đứa nghèo mồ côi. Mấy đứa đó thì dễ dạy hơn."

Bà tổng tỏ ra là người có kinh nghiệm, giải thích thêm:

"Nghèo thì nó yên phận hổng đua đòi; mồ côi thì lỡ nó có giận mấy cũng hổng có chỗ mà đi về."

Bà tổng đã gãi đúng chỗ ngứa của anh Chín. Thiệt ra thì anh đã để ý một *mỹ nhơn*. Cô Tư Tại là một người phụ nữ lanh lợi mà nhan sắc vượt trội hơn trong đám xuất thân từ miệt Tân Tập. Gia đình cô làm nghề đi biển mà sau cơn bão nặng cả ba người gồm ông già và hai đứa em bị bão nhận chìm xuống đáy biển Đông; chỉ còn cô Tư ở nhà lo chăm sóc bà già nên thoát khỏi bàn tay giết người của hà bá. Sau một thời gian ngắn, bà cũng buồn tình bỏ cô con gái ở lại mà đi theo ông về dưới suối vàng. Cô Tư theo bạn cấy lên các xã Phước Lý, Phước Hậu, và Long Thượng cấy mướn.

2

Xuyên qua hàng cây ở bờ đê phía đông cạnh bờ tre nhà ông Năm Chắc, những hạt nắng vừa rơi lốm đốm bên mé ruộng thì vạn cấy cũng đã lục đục có mặt. Mấy chiếc nón lá lật ngửa phơi sương giờ ngã nghiêng che nắng sớm, thấp thoáng trên mặt ruộng còn loang loáng nước. Chim sâu ríu rít trên nhánh ổi, chim cu gáy cúc cu ở đầu vườn nhà Tư Đắc, con chích chòe ngân nga ngoài bờ ao... ai cũng cảm thấy lòng nhẹ như sương mai nhắc người ta nhớ đã tới giờ làm việc. Mỗi người tay trái cầm một bó mạ xanh rờn, tay phải vừa bứt rồi cắm sâu xuống nước thoăn thoắt, nhịp nhàng như múa.

Anh Chín - cai vạn - miệng cười cất tiếng nhưng thiệt ra là anh muốn nhắn gởi cho cô Tư: *"Hò… hơ… Mạ ai xanh ngắt lưng đồng… ờ… hò… hơ… Thấy em cúi cấy mà anh lòng tê mê…ờ… Cấy xong anh đợi ở bờ đê… ờ… Có duyên thì nói thiệt, có thề thì cưới em… ờ… hò…ơ… hơ..."*

Mấy cô bạn cấy người nầy xúi người kia, cuối cùng thì với cô Tư "Bà hò đáp anh Chín đi." Cô Tư Tại lấy giọng: *"Hò… hơ… Tay em cấy lúa, tay em mềm… ờ…hò…ơ… hơ… Gặp anh cai vạn về thèm… ruộng sâu... ờ… Ruộng sâu cấy được mạ màu, Còn em cấy nhớ cấy sầu vô tim ai… ờ… hò…ơ… hơ..."* Đặc biệt cô ngân nga chỗ "cấy sầu vô tim ai" nghe thiệt mềm lòng!

Mấy ngày nay anh Chín hay nói chuyện với cô Tư nên các bạn cấy biết anh Chín đang ve cô Tư nên cặp đôi hai người riết họ tự nhiên không còn e ngại nữa. Tiếng cười rộ lên, tan vô nắng mai, lan tới cả đám con nít đang ngồi đá gà cỏ *ăn Dạ,* đấu cào cào *ăn Hình,* và đá dế *bắt Sát* bên bờ ruộng. Dưới chưn, bùn lún nhão, mát lạnh. Mạ xuống đều hàng, thẳng tắp như răng lược. Gió nhẹ thổi qua ruộng lúa non, mùi đất pha lẫn với hương đồng thơm như mùi tuổi thơ....

Bữa chiều lúc trả tiền công cấy, anh Chín nói với cô Tư:

"Vợ tui bỏ tui dìa má ruột trên Bình Chánh mấy tháng nay rồi."

"Thôi, anh xí gạt tui làm chi, anh Chín?"

"Tui nói thiệt mà!"

"Bây giờ giận anh thì chỉ bỏ đi..."

"Cẩu nói thiệt đó chớ hổng phải giỡn chơi đâu," chị bạn cấy hàng xóm nói xen vô.

"... Sợ mai mốt chỉ dìa đánh ghen làm sao tui đỡ nổi?"

Anh Chín phân bua:

"Bả dứt khoát rồi. Tui năn nỉ cách nào bả cũng hổng chịu dìa, mà thằng Ba cứ khóc đòi má hoài."

"Chớ hổng phải cậu khóc đòi vợ hằng đêm sao?" Chị hàng xóm hồi nãy cười hóm hỉnh.

"Chị nầy nói kỳ," anh Chín cười nhìn chị.

"Mà anh có thương tui thiệt hôn?" Cô Tư muốn anh Chín khẳng định.

"Tui thương cô Tư thiệt tình mà!"

"Tui mồ côi một thân một mình. Anh đừng xí gạt tui nghen!"

3

Vậy là thằng Ba có má mới. Má mới của nó không đẹp u sầu và quý phái như nữ tài tử Michèle Morgan trong phim *Le Quai des Brumes - Bến Cảng Mù Sương* hay trong phim *La Symphonie Pastorale - Bản Giao Hưởng Đồng Quê* thời bấy giờ mà *giỏi lắm* cũng chỉ bằng cô Tám Cảnh ở Lộ Đá từ ngả ba Tân Kim qua xã Hưng Long lên Chợ Lớn thôi. Mới đầu nó thấy hơi lạ - không phải là má trước kia - nhưng bị dụ riết nó không còn phân biệt được nên lằn ranh thiệt giả dần dần bị xóa hẳn. Má mới của nó là bà tiên trên trời xuống. Bà nhai cơm với hồng khô mớm cho nó ăn, tắm rửa nó, và chơi với nó.

Lúc chưa có em, thằng Ba ngủ với má. Má nó ôm nó trong lòng. Nó thích ôm má nó. Nó ghiền cái mùi mạ non pha lẫn bồ kết gội đầu của má nó. Chỉ khi nó ôm má thì giấc ngủ của nó mới bình yên. Nó muốn độc quyền má nó nên đâm ra ganh tị với ba nó nên nó nằm giữa ngăn cách hai người. Nó không thích ba nó ôm má nó nên mỗi khi ba nó choàng tay qua ôm má nó thì nó gỡ tay ba nó ra. Nó giận khi sáng mở mắt ra thì thấy nó nằm phía trong vách. Nó lấy làm lạ lại bò qua nằm xen vô giữa hai người!

Với cái tật hay tha tha một nơi nào đó chạm được - da thịt - của má như cánh tay, cổ sau ót…, nó mới ngủ ngon giấc. Và nó lớn lên trong vòng tay của má….

Như hầu hết đàn bà con gái thời trước, má nó không có đi học nên không biết đọc chữ nhưng lại biết tính tiền công cấy, biết và dỗ nó bằng những câu hò, ca dao, và tục ngữ ngọt như mía lau và mặn mòi như gió sông Soài Rạp, *"Ghe ai lướt sóng Soài Rạp trong đêm, Lòng em vọng tiếng hò êm con nước dìa..."* hay như câu *"Soài Rạp nước lớn nước ròng, Em về Tân Tập cho lòng anh đau..."* Có khi ba nó ghẹo má *"Chạng vạng ghe lướt qua sông, Anh thấy Gái Tân Tập tắm, tóc ròng chấm lưng..."* Má cười nói, "Anh tầm xàm không," và hỏi, "Làm sao anh thấy con gái Tân Tập tắm được?"

Năm sau má đẻ thằng em trai đầu tiên của nó rồi hai năm sau thêm một đứa em gái nữa. Mới đầu nó không thích vì cứ nghĩ có em thì má nó bớt cưng chìu nó. Nhỏ vậy nhưng nó cũng để ý lắm, coi má nó phân chia vật chất và san xẻ tình thương có đồng đều không. Nhưng cuối cùng nó rất hài lòng. Tới Tết thì đứa nào cũng được một bộ đồ mới, con trai áo sơ mi trắng quần tây xanh còn con gái thì áo bà ba màu cổ trái tim. Chia đồ ăn thì nó hơi nhiều hơn mấy đứa kia một chút, má nó nói "Vì thằng Ba lớn hơn mấy em."

Dầu cho má có bận rộn cỡ nào, tụi nó cũng được bữa cơm tươm tất như hồi ông nội còn sanh tiền. Anh em nó từng ăn canh ổ qua thịt bằm, canh lá me non và canh bông sua đũa nấu với tép trứng; từng thưởng thức cá bóng cát cá bóng dừa cá bóng trứng cá bóng kèo kho tiêu. Đặc biệt cái đầu cá lóc kho lúc nào ba cũng dành cho nó hai cái má. Càng đặc biệt hơn nữa, mùa đông anh em nhà nó thích khi thì nước mắm kho quẹt, khi thì tóp mỡ nước mắm chanh ớt, và mắm cá lóc chưng bỏ tiêu cay hấp trong nồi cơm thì *nhứt xứ*.

Cái nghề làm cai vạn cấy của ba nó chỉ mùa nước nổi tới khi những cánh đồng phủ màu mạ non là hết. Ba má nó còn có nghề hàng bông tức trồng bông huệ và măng tây tuần nào cũng đem lên Chợ Lớn bỏ mối. Lúc chưa có xe đò Hưng Long - Chợ Lớn của anh Hai Ga, ba má thay phiên nhau gánh hai bó bông huệ tới bến đò ở cầu Tân Quý gần trường cấp một *Élémentaire* mà sau nầy nó và mấy đứa em nó theo học. Từ đó thằng Ba thường theo ba má đi đò dọc có hai người chèo suốt đêm mới lên tới Chợ Lớn.

Xung quanh là không gian đen tối chỉ âm thanh tiếng chèo khua nước đều đều, thỉnh thoảng nghe tiếng vạc trên trời cao, tiếng cú rời rạc trong các hàng cây ven sông. Người lớn không thể ngủ suốt đêm dài, ba nó thường cùng các bạn hàng khác lên mũi ghe, nơi treo cái đèn bão, hút thuốc rê Gò Vấp, uống vài ly rượu đế Gò Đen, và bàn chuyện trên trời dưới biển nó không biết. Đôi khi trước khi đi vào giấc mộng thần tiên tuổi trẻ nó nghe họ ngân nga vọng cổ - lịch sự vừa đủ nghe - mà nó chẳng hiểu gì.

Nó ôm má ngủ một giấc tới hừng sáng hôm sau

khi nghe tiếng nhiều người nói chuyện ồn ào thì tới nơi. Trước khi lên xe xích lô máy tới vựa bông của cô Hai Thu, nơi có cái phông tên mà dân quanh khu tới hứng nước đem về xài, thế nào nó cũng được thưởng thức hủ tiếu ba tàu tại bến đò. Nó uống xá xị *Con Cọp*, còn ba má nó uống café sữa. Lúc về một trăm lần như một, ngoài hồng khô cho mấy đứa em còn nhỏ, thế nào má cũng mua hai ổ bánh mì Sài Gòn: Một ổ cho gia đình, còn ổ kia xắt khoanh đem biếu hàng xóm gọi là "ăn lấy thảo."

Bấy giờ thằng Ba đã có một đứa em gái hai tuổi và một thằng em trai bốn tuổi. Lúc chưa có bầu đứa thứ ba thì má đi chợ buôn bán thường xuyên, mà mỗi lần về không món quà nầy cũng món quà khác. Em nó thích khoai mì khoai lang và bắp nấu. Trái với sự trông chờ của mấy đứa em, nó nóng ruột đợi tấm hình *Hercules* như má đã hứa vì hình *Tarzan* thì nó đã có. Sau khi *nghiên cứu Hercules* rồi, nó nói với mấy đứa em rằng lớn lên nó sẽ mạnh như *Tarzan* chớ *Hercules* có vẻ hổng phải người thiệt.

Vậy là anh em nó có hai bộ hình nhưng nó chỉ giữ bộ *Tarzan* và giao cho thằng Tư bộ *Hercules* vì nó thích *Tarzan* hơn. Đi đâu nó cũng lận theo chơi bắt sát mà ít khi thua, nhiều khi nó thắng cả mấy túi bắt hai đứa nhỏ phụ sắp loại. Khi ba má đi làm thì mấy anh em nó ở nhà với bà nội. Sợ mấy em nó buồn, thằng Ba thường phải đạo diễn trò nầy trò nọ cho tụi nhỏ vui. Một bữa tự nhiên nó nảy ra sáng kiến, hỏi:

"Hai đứa bây muốn đi xe hơi hôn?"

"Muốn," thằng Tư nói liền.

"Xe hơi đâu?" Con Năm hỏi.

Nó ra sau hè một lát chạy lên phía trước tay cầm cái mo cau giơ lên:

"Xe hơi nè!"

Mấy đứa cười, tưởng anh Ba làm nhái chiếc xe hơi Hưng Long - Chợ Lớn thiệt. Xong, nó để mo cau xuống, nói với thằng Tư:

"Mầy để em ngồi phía trước," thằng Ba sắp hai chưn con em và của thằng em lên hẳn lên xe hơi. "Nhớ ôm em thiệt chặt nha."

Nó bắt chước anh lơ xe đò Hưng Long hỏi: "Bà con lên xe hết chưa? Chạy nghen." Rồi nó rồ máy bằng miệng văng nước miếng tùm lum, xong kéo xe hơi chạy vòng vòng quanh sân. Vậy mà tụi nó vui hết biết, cười hắc hắc. Khi xe hơi chạy qua ổ gà lật xe khiến con em gái đau quá khóc, nó an ủi tha tha chỗ đau rồi thổi một cái, con nhỏ cười. Má nó giấu không cho ba nó biết, biểu nó đừng chạy lẹ và chơi đàng hoàng cẩn thận đừng để em bị thương.

Hai thằng con trai tuổi nầy họp lại với đám con nít lối xóm thành một *băng đảng con nít* thỉnh thoảng đi hái trộm xoài và vú sữa nhà ông Tám bị mắng vốn hoài. Nếu không đi ăn trộm thì ra đường ngổ ngáo *quậy banh nhà lồng chợ* nhiều lần mà mỗi lần như vậy thì thế nào cũng bị ba bắt nằm cúi trên bộ ván gõ đánh đòn. Khi ba nó mới quất một roi mây thì má nó đã can biểu nó xin lỗi ba nó và hứa "từ rày về sau con hổng dám làm vậy nữa." Nhưng mà tụi nó có tánh mau quên nên hứa là hứa vậy mà vẫn tái phạm hoài.

Sau khi nó thưởng thức một roi mây còn khóc thì má nó nhúng khăn lau nước mắt cho nó và lấy dầu nhị thiên đường thoa lên rồi bóp chỗ đánh đòn, hỏi:

"Con có đau lắm hôn?"

"Đau hơi hơi hà," nó cười gượng.

"Đau hơi hơi sao khóc?" Má nó thấy kỳ.

"Đặng cho ba hổng đánh nữa!" Nó lém lỉnh cười.

Má nó cũng cười theo. Má nó yên tâm rằng ba nó chỉ giơ cao đánh sẻ cho nó sợ mà chừa.

Lúc nó gần đi học *Cours Préparatoire,* má đi chợ Long Đinh mua một cái cặp lác một cuốn tập hàng đôi một cây viết chì một cục gôm một cây viết lá tre một tờ giấy chặm một cây thước và một bình mực tím Pelikan có cái quai ngắn ngắn. Tại má nó lo xa vậy chớ mới vô học nó chưa dùng tới mà mãi tới chừng nửa năm nó mới động đến những thứ đó. Má nó dặn phải giữ tập vở sạch sẽ không để lem mực, đồ đạc trong cặp để có lớp lang thứ tự, ra ngoài gặp người lớn phải lễ phép cúi đầu chào.

Dầu không biết chữ má nó cũng biết "Tiên học lễ Hậu học văn."

Ngoài ra, má nó còn dạy: "Con trai phải mạnh dạn nói năng phải rõ lời chớ không bập bẹ lí nhí như con nít tập nói. Hơn nữa ăn nói phải tế nhị chớ hổng được thô lỗ như nói chuyện với đám con nít. Với người lớn, trước khi nói hay trả lời phải *Dạ* hay *Dạ thưa*." Mà nhờ vậy nó biết nói chuyện làm vui lòng mọi người, lại thêm cái tật hay dí dởm nữa. Con trai con nít khoái nó đã đành, con gái cũng thích nó ra mặt khiến nó khó xử không biết chấm đứa nào. Thêm nữa, càng lớn lên nó càng phương phi tuấn tú. Trong xóm nghi nó sẽ kế thừa cái nghề cờ bạc của ông già nhưng không ai phản đối về cái vẻ quyến rủ và tướng tá ra vẻ đàn ông của nó.

Tới khi nó mười lăm tuổi thì có nguyên một bầy em, cứ cách nhau hai năm, thỉnh thoảng lại có đứa năm một. Người ngoài không làm sao biết được bầy gà có một con khác nhưng may là cùng màu lông! Ở tuổi nầy thì nó đàng hoàng hơn chớ không còn phá làng phá xóm nữa. Đúng là quyền huynh thế phụ, chẳng những nó chỉ huy đám đàn em cho ba má nó đỡ lo mà còn làm thủ lãnh đám con nít lối xóm. Con gái thì bu quanh nghe nó kể chuyện tình Roméo-Juliette. Nó thuộc dạng *trên thông thiên văn, dưới rành địa lý, giữa thấu lòng người*.

4

Chẳng biết có phải nòi không mà khi anh chàng mới mười bảy tuổi thì một trong đám con gái có bầu bắt phải làm đám cưới. Bà má nói:

"Mới mười bảy mà cưới vợ gì? Vợ con gì sớm vậy con?"

Anh Ba bèn thú thiệt:

"Con Mỹ nó có bầu rồi."

Má anh than trời:

"Nó mới mười sáu tuổi mà bầu bì gì? Chắc nó làm bộ xí gạt mầy đó."

Dầu nói vậy nhưng má cũng biết con gái mười sáu tuổi cũng dư sức mang thai rồi, *nữ thập tam nam thập lục*, ông bà mình nói vậy mà.

"Sao mầy liều mạng vậy con?"

"Tình yêu mà, Má," anh Ba cười lỏn lẻn.

Má anh đem câu chuyện bất khả kháng bàn với bà nội. Bà nội nói:

"Có chửa rồi cưới xui lắm."

Nhưng má anh khuyên bà nội:

"Trước sau gì cũng cháu mình mà, Má."

"Rước bốn con mắt về nhà sẽ mang họa."

"Tại người ta nói vậy chớ mang họa gì! Đâu phải con mình hổng có lỗi. Vậy thất nhơn ác đức lắm!"

Bà Chín năn nỉ riết bà nội cũng xiêu lòng nhưng ra điều kiện rước dâu đi vô nhà bằng cửa sau chớ không vào cửa chánh. Má anh cố thuyết phục bà nội:

"Vậy tội con người ta. Hơn nữa làm vậy cả xóm biết dâu mình có chửa trước," má anh nhìn bà nội bằng đôi mắt van lơn. "Mà trước sau gì nó cũng là con dâu của mình, để người ta biết mình cũng bị mang tiếng lây vậy."

Nhờ ba tấc lưỡi *tô tần* của má mà mọi chuyện trót lọt.

Rồi *họa vô đơn chí*. Đùng một cái cả bà nội lẫn cha anh Ba bị tai nạn chết hết trên chuyến xe đò Hưng Long đi Chợ Lớn. Bấy giờ chỉ còn mình má anh là người lớn trong gia đình.

Má anh nói:

"Phải làm đám cưới chạy tang."

"Đám cưới chạy tang là sao, Má?" Anh phân vân hỏi.

Bà Chín giải thích:

"Là phải làm gấp trước khi phát tang."

Anh Ba có vẻ không hiểu cái *luật lệ* của người lớn, má anh tiếp:

"Nếu trễ thì tụi bây phải chờ tới ba năm mới làm đám cưới được. Tụi bây có thể đợi ba năm làm đám cưới hổng sao nhưng đứa nhỏ trong bụng nó đâu có chờ được!"

Lúc trước anh Ba tính mời bà con họ hàng và nhứt là lũ bạn của anh và của chị Mỹ về *quậy đã đời* một bữa chơi. Nhưng trái với mong ước trước kia của anh, đám cưới diễn ra đơn sơ trong bầu không khí u ám không đốt pháo, không áo cưới, không khách khứa, và cả không bạn bè của hai vợ chồng - chỉ vài đứa bạn rất thân. Nhà anh bây giờ má anh phải lo thêm một miệng ăn để tám tháng sau nuôi thêm hai thằng nhóc sanh đôi.

Anh Ba vụng về ẵm hai đứa con nói bằng ngôn ngữ con nít:

"Đặng bà nội có cháu bồng và mấy cô chú của mầy có bạn."

Chị Mỹ phân vân nói:

"Có con vậy có sớm quá hôn ta?"

"Bà nội cũng mong mà!" Anh tiếp lời chị.

Anh Ba trìu mến nhìn chị Mỹ:

"Mặc dầu bà nội mong có cháu nhưng hổng ngờ sớm quá!"

Chị Mỹ cười nắm tay anh chồng để vô bụng, nói:

"Đẻ từng đứa mắc công. Lần sau *moa* đẻ ba!"

"Liệu nuôi nổi hôn mà *toa* muốn đẻ nữa?"

"Trời sanh voi sanh cỏ mà."

"Trong lúc *moa* chưa có việc làm gì chắc chắn."

Sau những xáo trộn chánh trị, chánh phủ quốc gia lúc nầy nằm trong Liên Hiệp Pháp đã đặt trụ sở tại Sài Gòn. Pháp đã dần dần chuyển giao quân đội cho Việt Nam. Bước qua năm 1951 tình hình đất nước chuyển sang một giai đoạn mới. Quốc trưởng Bảo Đại ban hành Sắc lịnh Tổng Động viên nhằm tuyển mộ thanh niên từ mười tám tới ba mươi lăm tuổi để xây dựng một quân đội hùng mạnh khả dĩ đối đầu với phiến quân. Anh Ba không muốn đi cũng chẳng được.

Sau khi chị Mỹ đẻ con so mà một lượt hai đứa được mấy tháng thì anh Ba bị gọi động viên thành thử bà Chín ngoài chăm sóc mấy đứa con còn phải lo cho gánh của anh Ba nữa. Số anh đỏ lại nhờ có bà mẹ ghẻ trong khi bà mẹ ruột vui duyên mới ít ngó ngàng gì tới anh và cháu nội đích tôn. Nhờ có chút ít chữ nghĩa - *Cours Élémentaire 2* - sau mấy tháng quân trường anh được bổ về làm hiệu thính viên Đô thành Sài Gòn chuyên môn đánh mọt tít tít te te. Anh làm việc như công chức sáng vô chiều về, cuối tuần về *ủy lạo* chị Mỹ.

Năm sau chị Mỹ lại đẻ nữa. *Chạy trời* cũng không qua khỏi bàn tay của má!

Bấy giờ má mái tóc đã điểm sương, sức khỏe có

phần không còn như trước nữa mà vẫn miệt mài săn sóc vợ anh mới sanh, lo cho cháu cho con, cứ như bà sanh ra là để làm việc. Anh Ba hay nói với mấy đứa em "Cha mẹ chỉ có một mà thôi. Bây giờ có thể tụi bây còn lơ là nhưng lớn lên có gia đình có con cái rồi mấy em mới hiểu hết ý nghĩa của câu ca dao, "Công cha như núi Thái Sơn, Nghĩa mẹ như nước trong nguồn chảy ra."

Từ ngày về làm dâu cái nhà nầy từ mấy mươi năm trước, má không có cái gì là của riêng tư, nhưng má có tất cả. Khi sức khỏe của má ngày càng yếu đi, anh Ba không dám nghĩ tới cái lúc mà cả nhà....

Mãi tới sau nầy khi mấy đứa em khá lớn tụi nó mới biết lai lịch của con gà đầu đàn. Người đời hay *quơ đũa* về người mẹ kế *"Mấy đời bánh đúc có xương, Mấy đời dì ghẻ mà thương con chồng*. Nhưng bánh đúc nhà mình có xương!"

■ nsh-250911 nhuận sắc 251006

NGƯỜI CHỒNG ĐI MÃI

truyện ngắn

Năm nào cũng vậy cho dầu chiến tranh triền miên -chuyện bình thường, những ngày giáp tết không khí tưng bừng như... Tết. Trước đó mấy ngày không biết người dân nghe đâu mà biết rằng phía bên kia đồng ý hưu chiến ba ngày không đánh nhau nữa cho lính hai bên và dân miền Nam ăn Tết, cái Tết truyền thống xưa nay của ông bà mình. Thường năm các cơ sở hành chánh chỉ nghỉ tới hết ngày mùng Ba, năm nay được thêm hai ngày nữa. Phía quân đội cho phân nửa quân nhơn về vui với gia đình, thậm chí có đơn vị chỉ để lại lính gác căn cứ mà thôi.

Dân ở tứ xứ đi lên Sài Gòn làm việc, học trò và sanh viên miệt tỉnh, và dân miền ngoài cũng về quê khiến Sài Gòn-Chợ Lớn chỉ còn lại dân gốc bản địa. Dù vậy, từ hồi giặc nổi lên tới giờ chưa năm nào dân thủ đô tay bắt mặt mừng cảm thấy hân hoan tới như vậy. Đường phố trang hoàng đầy biểu ngữ và cờ xí. Hưu chiến thì bảo đảm đi tới nơi về tới chốn. Ai cũng nói về tới mũi Cà Mau hay ra tới vĩ tuyến 17 ở Quảng Trị cũng không sợ đắp mô hay giựt mìn vì đàng trong đã hứa hưu chiến ba ngày đàng hoàng.

Tuy nhiên, anh Thông không về Huế. Chị Lan hỏi:

"Tui về Vĩnh Long ăn Tết. Bồ đi với tui hôn?"

"Chắc không đi được." Anh Thông từ chối.

"Sao vậy?"

"Phải ôn bài thi."

"Chỉ vài ngày thôi mà!" Chị Lan năn nỉ.

"Chơi lâu sợ lên học không kịp."

"Vậy tui đi một mình." Chị Lan có vẻ không hài lòng.

Bịn rịn một lát chị Lan trách:

"Lúc trước cứ lo đi biểu tình chống chánh quyền để bây giờ học hổng kịp."

"Thối nát quá không chống sao được!"

"Hồi đó nói ông Diệm kỳ thị tôn giáo. Lật ông Diệm rồi còn chống dữ hơn nữa!"

Sau cuộc binh biến lật đổ chế độ Cộng hòa gọi là gia đình trị, tình hình ngày càng bất ổn. Phá bỏ ấp chiến lược. Thả tất cả tù chánh trị. Hết chánh phủ nầy tới chánh phủ khác lên rồi xuống. Hậu quả là bên ngoài giặc giã nổi lên tứ tung, còn bên trong thì phe chống đối càng lộng hành. Đi biểu tình mà căng biểu ngữ "Chúng tôi thách đố mọi sự đàn áp của Thiệu Kỳ" mà chánh phủ cũng không dám làm gì. *Con nhang* nghe lời vàng ngọc của thầy chùa lửa đem bàn thờ Phật xuống đường cản trở xe nhà binh và gây phiền phức sanh hoạt người dân không ít.

Tình hình miền Trung là vậy hình như không ảnh hưởng gì tới sanh hoạt ở Sài Gòn. Ai ăn chơi thì cứ ăn chơi. Ai thích nhảy đầm thì cứ nhảy đầm. Ai biểu tình thì cứ đi biểu tình. Đối với hai anh chị sanh viên Đỗ Mạnh Thông và Trần Mộng Lan vẫn là tình yêu học trò, anh chị tính đợi tới sau khi ra trường hãy làm đám cưới cũng chưa trễ. Nhưng tới bây giờ tình yêu có vẻ chín muồi, hai người đã giữa tuổi hai ba mươi rồi, chị Lan nhìn thẳng vào mắt anh Thông với một chút tiếc nuối tuổi thanh xuân:

"Hơn nữa tui muốn nhơn cơ hội nầy giới thiệu Bồ với gia đình tui."

Không nghe thấy anh Thông trả lời. Anh không trả lời cũng phải vì loáng thoáng biết gia đình chị Lan có người làm lớn trong chánh quyền mà anh thì chống Thiệu Kỳ hết mình. Không có cuộc xuống đường nào mà anh không dự. Không có cuộc biểu dương lực lượng nào mà anh từ nan. Chiến tranh gây chết chóc cho nhơn dân quá nhiều rồi. Phải thay đổi các người độc tài gia đình trị bằng một chánh phủ hòa hợp hòa giải dân tộc. Dù biết không thể lay chuyển anh, chị ra cửa còn ngoảnh lại với hy vọng anh đổi ý.

"Chúc Bồ thượng lộ bình an." Anh Thông nói

với theo.

"Bảo trọng," chị Lan vắn tắt, để túi xách lên chỗ lõm chiếc xe Honda Dame, rồ máy, quay lại nhìn thấy anh Thông ngó theo. Tự nhiên chị cảm thấy hụt hẫng vì trước nay cứ nghĩ một ngày nào đó đưa anh về quê miền Tây ruộng vườn chơi tiện thể làm quen với gia đình. Chẳng bao lâu nữa chừng một vài năm sau khi ra trường thì hai người sẽ lấy nhau sống đời hạnh phúc. Chị nghĩ, nói cho cùng nếu bị động viên thì anh cũng là lính cậu làm việc như công chức sáng đi chiều về chớ chẳng phải đánh đấm gì mà nguy hiểm.

Buổi sáng đẹp trời với nắng hanh vàng gió hiu hiu không khí se se lạnh đáng lẽ là một ngày hạnh phúc của đôi tình nhơn nhưng trong lòng chị lại trống trải cô đơn. Ngần ngừ một phút, chị Lan tắt máy xe, quay trở lại. Anh Thông vẫn còn tựa cửa nhìn theo, lòng gợn buồn xa người yêu như một mất mát. Cuộc tình ít nhứt cũng đã bốn năm năm rồi. Nhưng anh quả là một thanh niên kiên quyết đầy nghị lực của một huynh trưởng Phật tử thuần thành cho nên chị nói cách gì anh vẫn không đổi ý.

Anh buông tay chị ra ngập ngừng lập lại câu nói hồi nãy:

"Chúc Bồ thượng lộ bình an."

"Vậy tui đi. Rán học nha!" Chị Lan rơm rớm nước mắt nghẹn ngào quyết định dứt khoát đành một mình cỡi ngựa sắt về quê mang trong lòng nỗi tuyệt vọng của một người con gái bị phụ tình, bịn rịn bỏ anh chàng ở lại Sài Gòn.

Đã thấy nhiều nơi căng biểu ngữ mừng mùa xuân dân tộc. Nhưng nửa đêm giặc bất thần tấn công khắp các tỉnh thành toàn quốc. Những nạn nhơn còn sống sót nói không có lính mặt trận giải phóng người lớn miền Nam mà chỉ thấy lính con nít lần lượt vô nghĩa trang chầu diêm vương hay tập trung chôn vội dưới ba tấc đất hoặc rải rác trong rừng chồi. Bộ đội vị thành niên *sinh Bắc tử Nam* lớp chết lớp ló ngó không biết đường đi cuối cùng vô trại nhốt cán binh cộng sản Suối Máu.

Sau biến cố, tình hình an ninh khả quan trở lại. Thảm trạng Tết Mậu thân qua rồi nhưng hệ quả và dư âm còn mãi trong lòng người dân Miền Nam. May mắn gia đình chị Lan không mất mát một người nào trong khi những người khác trong phút chốc trở thành tay trắng. Thậm chí có nơi cả xóm làm mồi cho lửa đỏ. Có gia đình tất cả mọi người là nạn nhơn của tử thần; có gia đình, trừ một thành viên còn lại đang công tác hay ở đơn vị, đều làm bia cho súng đạn giặc.

"Nhiều người tan nhà nát cửa." Bà già lên tiếng.

"Nhờ phước đức ông bà mà gia đình mình bình yên." Ông già nói theo niềm tin tôn giáo.

"Có người chết nguyên cả gia đình." Bà già có vẻ cảm động nói thêm.

"Thà vậy tốt hơn." Ông già thở dài.

"Chết cả gia đình mà tốt hơn là sao, ông?"

"Thà chết hết chớ chết nửa còn nửa mới thảm. Bà nghĩ đi, thí dụ tui với con Lan chết chỉ còn lại mình bà hay chỉ mình bà với nó thôi thì thảm thương tới chừng nào?

"Miệng ăn mắm ăn muối đừng nói vậy xui xẻo!"

Trái với bà, ông không tin nói vậy mà vận rủi tới, nhưng "thiệt hại tài sản cho dù cỡ nào cũng có cơ hội gầy dựng lại."

Bà già đẩy dĩa bánh cam về phía chồng, "Ông ăn cái bánh đi. Lát nữa ông đi tui cũng đi làm luôn."

Ông lại đẩy dĩa bánh về phía bà, bưng ly lên, "Tui uống cà-phê được rồi."

"Trong đó cũng có cà-phê mà."

"Cà-phê trong Phủ không ngon bằng bà pha." Ông ít khi khen nịnh vợ.

"Ông khéo nói," bà hài lòng mỉm cười nhìn ông.

"Trước đó may mà bà lên kịp chớ nếu không…" ông nhớ lại biến cố hồi năm ngoái, nói tiếp "… tui chỉ sợ mất bà."

"Mất tui thì ông có bà khác," bà nhìn ông nói giỡn. "Trong Phủ thiếu gì."

Mặc dầu theo Tây học nhưng hai ông bà lấy

nhau do cha mẹ đặt đâu con ngồi đó từ hồi xửa hồi xưa không nhớ đã bao nhiêu năm, hình như từ hồi Pháp Đức đánh nhau bên Châu Âu và Nhựt Bổn nhảy vô Châu Á. Nói vậy chớ hai người cũng đã nghe tiếng nhau và đã *địa* nhau rồi. Tới khi cha mẹ *đặt đâu* thì bà *ngồi đó* liền. Bà thích cái kiểu tưng tửng của ông nhưng bà biết ổng đâu có khùng -khùng sao học được và đậu bằng nầy bằng kia.

"Tui chỉ sợ mất ông."

"Chết, tui hổng sợ mà chỉ sợ bà có chồng khác!" Ông cười ngất nhìn bà bằng đôi mắt tình yêu chung thủy chưa bao giờ ngó lâu một phụ nữ nào.

"Ba má nói chuyện gì vui quá vậy?" Theo thói quen của một sanh viên siêng năng thức dậy sớm, chị Lan từ dưới nhà bếp đi lên, xen vô.

"Ba mầy nói chuyện tiếu lâm mà," bà già cười vui. "Ổng nói chết ổng hổng sợ mà sợ tao có chồng khác!"

Hai mẹ con cùng cười nhìn ông già.

"Lúc nầy học hành sao con?" ông già nhìn chị Lan, hỏi. "Chắc vừa học vừa chơi hả?"

Bà già trông vẻ mặt buồn buồn của con gái:

"Con Lan, sao má thấy mầy hổng được vui?"

"Ảnh đăng lính rồi, Ba." Chị Lan muốn khóc nhìn mẹ rồi quay sang ông già.

"Đăng lính?" Ông già ngạc nhiên. "Mắc gì đăng lính?"

"Ảnh nói trả thù nhà đền nợ nước. Cả gia đình ảnh chết hết."

"Sao mầy biết?" Ông già giựt mình.

"Sau Tết ảnh về ngoải thăm gia đình."

"May mà nó không chiếm được vị trí nào ở Sài Gòn chớ như Huế thì hổng biết bao nhiêu người chết oan."

Do nghề nghiệp ông già biết chiếm được Huế tụi nó lùng bắt tất cả mọi người không theo nó hoặc nó nghi ngờ làm việc cho chánh phủ hoặc cho đồng minh. Lính tráng, nhơn viên chánh quyền, đảng phái, và cả sanh viên không theo tụi nó cũng đi một xuồng. Nghe nói anh Bôi - một trong hai nhơn vật nổi tiếng vua biểu tình Nguyễn Trọng Nho và Lê Hữu Bôi - cũng bị tụi nó giết. Thằng bạn đồng hương của anh Thông là Thiếu úy phi công L-19 Hoàng Đình Ngọ về quê ăn Tết cũng nằm trong số nầy.

Như các nơi giao tranh khác, khi giặc về là đồng bào bỏ chạy về hướng quốc gia trong hỗn loạn gây khó khăn thêm cho chánh quyền. Ở Huế thì thiên hạ tìm đường bỏ chạy vô Nam chớ không ai nổi dậy. Các ủy ban nhơn dân và ủy ban kháng chiến được thành lập thời gian đầu xung khí ngất trời trong đó có ban an ninh đi lùng sục toàn quyền bắt bớ và xử tội phản động. Tới khi nghĩ không thể giữ Huế nổi nữa thì có lịnh rút lui mà khi rút lui bọn nó dắt theo tất cả nạn nhơn vì sợ bỏ lại bị lộ nên xâu họ lại bằng dây diện thoại hoặc dây kẽm gai.

Trước sau chúng chiếm giữ Huế gần một tháng. Ông già kể tổ chức chánh trị chủ lực vỏ bọc là *Liên Minh Dân tộc Dân chủ Hòa bình Việt Nam* của Chủ tịch Nguyễn Văn Hảo và Phó Chủ tịch Thích Đôn Hậu. Ông có cả cái danh sách các tên hung thần sắt máu nhứt Đào Thị Xuân Yến tức bà Thuần Chi, Thích Thiện Siêu, Nguyễn Đắc Xuân, Nguyễn Đóa và con gái ổng là Nguyễn Thị Đoan Trinh, Tôn Thất Dương Tiềm, Nguyễn Thiết, Nguyễn Hữu Vấn, tay chưn bộ hạ của Thích Trí Quang, và anh em Hoàng Phủ Ngọc Phan và Hoàng Phủ Ngọc Tường.

Chị Lan nói:

"Anh Tường là bà con bên nội của ảnh. Má anh Tường là chị ruột của ba ảnh."

"Thiệt tán tận lương tâm. Bà con cô cậu nó cũng không tha," ông già ngán ngẩm. "Sau Mậu Thân, cả đám nầy vô bưng hết, chỉ còn lại Thích Trí Quang."

"Mà những người trong gia đình ảnh đâu có dính líu gì với chánh quyền." Chị Lan nói thêm.

Anh Liên Thành cho biết lúc Thầy Thích Đôn Hậu mất tích cả tuần lễ đồng bào Phật tử lo lắng cứ sợ thầy bị giặc bắt: "Vùng Linh Mụ bị Việt cộng chiếm rồi không biết Ôn chạy đi mô sống hay chết."

Sau đó nghe trên đài Hà Nội, Đệ tứ Tăng thống kêu gọi "Phật giáo đồ hãy đoàn kết đứng dậy chống lại Ngụy quân Ngụy quyền Miền Nam và Đế quốc Mỹ." thì họ mới té ngửa: "Ôn ơi là Ôn, Ôn theo Việt cộng khi mô mà chừ giết dân Huế nhiều quá ri!"

Khi khai quật các mồ chôn tập thể người ta biết được nạn nhơn gồm đủ nam phụ lão ấu bị giết đủ kiểu: bị bắn có, bị đập bằng vật cứng như cuốc xẻng có, lại có người không vết tích gì hết người ta nghĩ chắc là bị chôn sống.

"May mà ảnh ở lại Sài Gòn chớ nếu về Huế thì chắc chắn đi hổng thoát khỏi rồi."

"Xui tận mạng. Trong số mấy ngàn người lại có gia đình nó."

Chị Lan thêm, "Mười một người tất cả, ông già bà già, bốn đứa em, và năm đứa cháu ngoại, đều bị chôn sống hết."

Chị Lan lại năn nỉ "Ba có cách nào rút ảnh về hôn?"

"Gấp gáp gì," Ông già lên tiếng, ngẫm nghĩ một lát, nhìn con gái thở dài. "Còn một hai năm ra trường rồi đi lính cũng được."

"Ảnh nói ảnh phải đi liền để trả thù cho gia đình và đồng bào bị chết oan."

Ông già gọi điện thoại lên trường Thủ Đức:

"Đâu *toa* coi có thằng nào tên Đỗ Mạnh Thông

trong đó hôn?

"Nó học khóa nào?

"Khóa nào con?" Ông già quay sang con gái.

"Con đâu biết."

"Trong nầy hiện tại có hai khóa, Khóa 1 và Khóa 3," tiếng bên kia đầu dây. "Sao sắp ra trường nó lại tình nguyện đi lính?

"Nó nói cả gia đình nó mười một người bị thằng Tường chôn sống hết."

"Để *moi* cho người gọi nó lên coi."

Ông Chỉ huy trưởng trường nói khuyên nó về học lại hai năm nữa ra trường mang lon trung úy "chớ mắc gì học chín tháng đeo lon chuẩn úy ra tác chiến nguy hiểm nhưng nó không chịu trở về học." Ông nói thêm, "Năn nỉ thiếu điều lạy nó mà nó cứ khăng khăng phải trả thù nhà đền nợ nước, *moi* cũng đành chịu thua." Trong thời gian học anh không về mà cũng không viết thơ cho chị Lan lên thăm. Hình ảnh quật mồ sau Tết Mậu thân báo chí đăng luôn ám ảnh anh.

Ông già nói với chị Lan, "Thằng lập dị quá đi. Hổng biết tại sao mầy lại yêu nó?"

"Con cũng hổng biết sao nữa!"

"Tình yêu đầu đời hả con?" Một lát như nhớ ra điều gì, ông lại hỏi, "Hay là tại mầy thất thân với nó?"

"Đâu có, Ba." Chị khẳng định. "Tình yêu học trò mà!"

Khoảng tám chín tháng sau anh Thông ra trường. May mà ảnh chịu làm đám cưới.

Sau một tuần trăng mật, trước khi ra đơn vị, anh hỏi Đại úy Ngôn:

"Nó đưa lên Sư đoàn 5 Bộ Binh mà em muốn đi vô Biệt Động Quân được không?"

"Tưởng dượng muốn về Phủ Tổng thống thì khó chớ cái đó dễ thôi," anh Ngôn nói chắc như đinh đóng cột. "Trong khả năng của tui mà!"

Vậy là Chuẩn úy Đỗ Mạnh Thông được trực thăng đưa vô trại Tống Lê Chơn dưới quyền của Đại úy Lê Văn Ngôn đang làm trưởng trại.

■ nsh-250912 nhuận sắc 251006

NGÀY TRỞ VỀ

truyện ngắn

1

Anh Tám đi xe lam về tới Cổng Hai xuống đi bộ lòng vòng thấy quang cảnh rất xa lạ so với hồi anh mang ba-lô lên đường. Chuyện đầu tiên nghe được là về gia đình của Từ Khánh Hạnh. Vào thời bao cấp, anh tình nguyện lập một cái hợp tác xã giống hịch của xã hội chủ nghĩa miền ngoài. Anh Hạnh quen thân với anh Mười Phết dân trong nầy đi tập kết về làm chức sắc cấp cao trong tỉnh Đồng Nai. Hai gia đình thân nhau "anh anh em em" đến nỗi có lần bà Mười Phết tới đánh ghen vợ anh Hạnh. Không biết chuyện thực hư thế nào mà từ đó không thấy anh Mười tới nhậu với anh Hạnh nữa.

Từ Mũi Tàu anh thả bộ dọc theo con đường Phan Đình Phùng định xuống chợ mà không gặp một người quen nào. Đám sĩ quan tự nguyện đi cải tạo thì có người chưa về, có anh phải bị chỉ định cư trú không được ở thành phố. Có anh thả về rồi hưởng ứng chánh sách của nhà nước đi khẩn hoang lập ấp ở vùng kinh tế mới. Chịu không nổi, một thời gian ngắn sau trồi về trở thành vô sản thứ thiệt sống lang thang. Đi ngang qua Chợ Nhỏ mới biết có hai vợ chồng đứa con gái lai đi xuất cảnh, chồng ẵm đứa con còn con vợ xách một cái giỏ lác đựng toàn bộ tài sản của gia đình.

Xuống chút nữa, bên trái là trường tiểu học Lê Văn Tám - sau nầy được biết là tên ảo do mấy ổng đặt ra để tuyên truyền khích động - là nơi *trui rèn* tất cả con nít nguyên cái Xóm Dốc Sỏi nên lớn lên phần đông trở thành… không đàng hoàng! Bên nây phường Quang Vinh là cái tiệm tạp hóa của ông Hiệp có đứa con gái lai hơi đậm màu so với người mình một chút nhưng nó đẹp gái và học hết lớp Mười Hai. Hy vọng qua bên Mỹ nó sẽ có cơ hội thăng tiến chớ còn ở đây chưa chắc có thể lên đại học được.

Qua khỏi nhà thờ Tin Lành, khoảng giữa Cổng Hai và Ngả ba Thành, ngay cái hẻm bà Tư Ô-kê Salem hiện ra cái nhà hai căn lợp ngói âm dương của bà Sáu-già để bảng cho mướn căn bên phải. Căn bên trái dành cho bà chủ gồm một thằng con trai khá trọng tuổi ốm nhom như đứa chơi xì-ke làm tới chức hướng dẫn viên đối ngoại và một đứa em gái chừng mười lăm mười sáu tuổi nhan sắc trên trung bình làm quản lý nội bộ. Bà chủ là doanh nhân xã hội chủ nghĩa làm thái thượng hoàng thường ngày đi đậu chếnh tứ sắc, coi tổng quát cơ sở làm ăn.

Cư dân ở đây lâu cho biết cơ sở làm ăn nầy, vốn hình thành từ lâu lắm khi ông Sáu-già còn sanh tiền, do gia đình điều hành. Cách làm ăn đặc biệt không bỏ vốn liếng mà đầu tư vô mấy đứa con gái. Người đi đường rất dễ nhận diện: Các cô thường ăn mặc quần nầy áo nọ bẹo hình bẹo dạng, khi hai đứa khi ba đứa có lúc bốn, tùy theo tình hình kinh tế vĩ mô toàn quốc lên xuống của nhà nước xã hội chủ nghĩa và đồng thời ký khế ước riêng với công an khu vực phường Trung Dũng - chức vụ chỉ mới đặt ra sau cuộc đảo đời.

Anh Tám tạt vô cái quán cà-phê không đề bảng hiệu nằm bên phải mà sau nầy được biết là của cô Sáu Liễu. Ngoài hàng hiên căng thêm tấm bạt che nắng che mưa phía trên, phía dưới kê được bốn cái bàn thấp rất thuận tiện vào những hôm trời trong nắng ráo. Anh bước vô trong, nền gạch bông siêng chùi bóng láng cũng kê bàn ghế thấp như bên ngoài, anh đếm đúng một chục cái. Ai cũng biết quán chỉ đông khách vào buổi sáng sớm và buổi chiều; từ trưa tới xế thì năm khi mười họa mới có người lỡ đường ghé vô.

2

Nhơn lúc vắng khách cô Sáu nói:

"Em thấy hình như anh hổng phải người ở đây?"

"Dà! Đúng rồi, sao cô biết?"

"Nhìn tướng anh là biết liền."

"Cô biết sao nói tui nghe đi."

"Phải cải tạo mới về hôn?" Cô Sáu nói đại.

"Bộ tui trông lớ ngớ lắm hả?" Anh Tám giựt mình.

"Thiệt khó nói lắm nhưng trông anh hổng phải người ở đây."

"Tui người ở đây nhưng hồi trước hổng có đi la cà."

"Hèn chi!"

"Tui tính mướn căn nhà bên bển," anh chỉ căn nhà bên kia đường có bảng cho mướn.

"Anh định làm gì mà mướn căn đó?"

"Tui định sửa xe đạp chớ lỡ thầy lỡ thợ biết làm gì bây giờ."

"Dà! Tính từ cổng xuống tới chợ hổng có chỗ nào hết. Làm cái nghề nầy ăn tiền đó."

"Sao ăn tiền?"

"Hầu hết dân dã đi xe đạp."

"Còn xe gắn máy?"

"Dành riêng cho tụi cán bộ."

"Sao dành riêng?"

"Nói là *dành riêng* thiệt ra hổng phải *dành riêng* mà là *dành riêng* bởi vì người dân thường hiếm khi có khả năng mua xe gắn máy."

"Cô nói vậy tui hiểu rồi!"

Cô Sáu xoay qua điều tra anh Tám:

"Hồi đó anh có ở trong phi trường hôn?"

Anh gật đầu:

"Có."

"Sao em hổng biết?"

"Bộ ai trong phi trường cô cũng biết hết hả?"

"Hổng phải vậy nhưng hồi em bán quán, quan lính gì cũng tới quán em uống cà-phê."

"Bộ quán cô nổi tiếng lắm hả?"

"Có thể nói như vậy đi," cô cười.

"Bộ có con gái hay đèn mờ?"

"Con gái thì có nhưng đèn mờ thì không," cô khoa tay cười phân bua. "Có con gái mới dễ câu mấy anh chàng độc thân được."

"Có khi nào đánh lộn đánh lạo gì hôn?"

"Không, anh. Lính không quân dầu sao cũng hổng đến nỗi," cô Sáu nhìn anh như tiếc rẻ. "Vậy mà sau một thời gian cũng hao đi mấy đứa."

Anh Tám ngạc nhiên, hỏi liền:

"Cô nói *hao* là sao? Bị pháo kích chết hả?"

Cô Sáu vội phân trần:

"Hổng phải vậy. Tại em nói vắn tắt anh hiểu lầm: tụi nó lấy chồng không quân ra ngoài phố mướn nhà sống hạnh phúc đàng hoàng."

3

Cô Sáu tự khai chồng cô hồi đó làm trong phi trường bị pháo kích tử thương từ những ngày cuối tháng Tư. Bị đuổi khỏi trại gia binh, cô dắt con về quê ngoại ở xã Long An bên nầy sông Cần Giuộc làm mướn một thời gian cảm thấy sống không nổi cái cảnh trên đe dưới búa tối nào cũng họp hành tới khuya với cán bộ ba mươi lại trồi lên thành phố. Chỉ Biên Hòa cô mới hy vọng làm ăn được vì cô ở đây lâu quen biết nhiều. Vả lại, hồi ở trong trại gia binh cô cũng đã quen mua bán cái nghề nầy nhờ lanh lợi và hoạt bát.

Nói chung, nếu nhà văn có bơm hơi cô lên cỡ nào cũng không thể tả cô đẹp sắc nước hương trời nhưng ai cũng phải công nhận nhan sắc cô trên trung bình nhiều. Cô Sáu có duyên ngầm nhìn lâu mới biết cái duyên đó nó ở chỗ nào. Bất cứ ai được nói chuyện với cô thì không thể nào không thích cô. Cô biết lắng tai nghe, theo dõi câu chuyện, và biết đặt vấn đề. Điều ghi nhận đặc biệt là cô được hưởng nền giáo dục *nhơn bản-dân tộc-khai phóng* hồi trước nên cô là điển hình của một phụ nữ miền Nam thùy mị đoan trang.

Nhìn tướng nhậm lẹ của cô, anh Tám đoán cô chừng trên dưới ba mươi với nhan sắc mặn mà, "Gái một con trông mòn con mắt!"

"Chuyện cũ cũng đã lâu lắm rồi, cô có đi thêm bước nữa chưa?"

"Dạ chưa, anh."

"Trông cô còn trẻ mà sao chịu sống một mình?"

"Em còn đợi người trong mộng," cô nhìn xa vắng. "Đám mình đâu mất hết trơn. Hầu hết đi cải tạo chưa dìa. Người về rồi thì cũng vượt biên."

"Vậy gặp chưa?" Anh Tám hớp chút cà-phê xong lấy ra điếu thuốc gắn lên môi.

"Chắc sắp rồi," cô Sáu cười nheo mắt nhìn anh, bất thần hỏi. "Anh muốn vợ hôn?"

"Trời! Cô hỏi kỳ vậy cô Sáu! Vợ, ai mà hổng muốn?" Anh Tám cười ngạc nhiên trước câu hỏi thỉnh lình của cô Sáu.

"Muốn thì tìm. Ở trong đó lâu quá rồi!"

Anh Tám bật hộp quẹt rồi tắt:

"Chẳng có đàn bà nào ngu đi rước một thằng đàn ông chẳng có một cắc bạc lận lưng về nuôi."

"Bắt phụ làm việc nương nhau mà sống chớ

nuôi ăn ở không sao?"

Anh đốt điếu thuốc trầm ngâm:

"Ờ thì bắt làm việc mà hổng có chuyên môn gì hết tại vì hồi trước tui được huấn luyện đánh giặc," anh nhìn cô Sáu, cười méo mó. "Mặc dầu bây giờ giặc còn mà quánh hổng được!"

Cô Sáu hiểu ý, cười cười nói tiếp, "Vậy anh lấy căn bên bển đi. Khách của em đông lắm thế nào cũng san xẻ cho anh một ít."

Nghe lời khuyến khích ngon ngọt của cô Sáu, anh Tám mướn căn bỏ trống đó. Lúc trước bà chủ nhà nói, "Kệ giá nào cũng được, có còn hơn không." Nhà chỉ có hai ngăn chia đều nhau, phần trước trống trơn. Phía sau kê một cái giường sắt nhà binh cũ bên trên có tấm nệm cỏ được phủ bằng tấm *drap* ngả màu lem luốc, để phòng hờ khi nào bên kia đông khách không đủ chỗ tiếp. Từ ngày cho anh Tám mướn, bà chủ biểu thằng con lắp kín cái cửa hông. Muốn qua lại phải đi cửa trước hoặc lòn phía sau bằng lối đi nhỏ cạnh cái nhà tắm lộ thiên vừng lá chằm.

Phải kể thêm phần sau căn nhà, ngoài cái giường sắt tây có treo tấm ri-đô cho riêng tư. Bên ngoài tấm màn đó sát vách mới là cái bếp bằng tấm đan bê-tông cao gần ngang tới rún người lớn đặt cái lò-xô xài dầu hôi mà nghe nói thời gian gần đây ai trong xóm cũng *chơi* xăng máy bay phản lực luôn. Xung quanh chẳng có nồi niêu xon chảo và chén bát gì hết. Ra cửa sau bên ngoài thấp hơn một chút là cái sàn nước dùng chung cho hai căn, nước theo xuống con mương nhỏ chảy vô một cái trũng gọi là đầm Biên Hùng ăn ra gần tới Ty Cảnh sát cũ.

Đầu tiên anh Tám trương bảng "Sửa Xe Đạp" viết tay trên tấm bìa cạc-tông cứng. Chẳng mấy chốc nó thành trung tâm điều hợp mọi quân binh chủng thất cơ lỡ vận. Cái tiệm sửa xe đạp anh Tám và tiệm cà-phê cô Sáu mặc định kết nghĩa với nhau trao đổi khách hàng. Riết rồi nhận phe ta nhờ cùng mẫu số chung nên có rất nhiều điều hợp ý. Sáng sáng cô Sáu pha cà-phê biểu đứa con gái đem qua cho *cậu Tám*; ngoài ra thỉnh thoảng còn có chè cháo phụ trội. Có bữa cô đổ bánh xèo đem qua mời *cậu Tám*.

"Cô đừng làm vầy nữa tui ngại lắm."

"Chỗ anh em có gì mà ngại, anh Tám."

"Tui đâu có giúp gì cô mà cô cứ cho hoài."

"Nếu anh ngại, hay là em nấu cơm tháng cho anh?"

Anh Tám ngần ngừ:

"Tui đi hoài chớ đâu có ở đây thường xuyên mà ăn cơm tháng."

"Bữa nào anh hổng ăn em trừ ra, vậy sòng phẳng héng?"

Anh Tám nghĩ cũng có lý:

"Sở dĩ tui tính toán là vì hiện tại trên răng dưới…" anh Tám kịp dừng lại cười nói tiếp. "… trên răng dưới dép."

"Anh lanh thiệt. Câu nầy em nghe mấy ổng nói hoài mà hổng phải đúng như vậy!"

"Cô cũng nhạy thấy mồ," anh nói thêm. "Tui thích cái cách cô biểu tụi nhỏ kêu tui là *cậu Tám*. Cách gọi đó là của dân miền Nam rặt, nó giống như bà con bên ngoại. Nghĩ cũng kỳ: chú bác là bên nội lại xa hơn bên ngoại."

"Dà! Tự nhiên em thấy anh như bà con vậy!"

"Hồi đó về ngoại dưới Tân Tập, tui đi ngang qua làng Long An xuống bến đò Thủ Bộ. Hình như bến đò nầy cũng thuộc làng của cô?"

"Đúng rồi. Ba má em ở làng Long An nhưng quê nội em ở làng Long Phụng bên kia sông Cần Giuộc đó."

"Quê ngoại tui có gạo nhum màu tím đậm ăn ngon lắm," anh giải thích thêm. "Nó giống như nếp than mà hổng phải nếp than. Nó là gạo nhưng màu nâu sẫm như nếp than."

"Dà! Em nhớ ra rồi, nhưng ở đây hổng có gạo đó, chắc nó tiệt chủng từ lâu lắm!" Cô Sáu cười thân mật tiếp tục chuyện nấu cơm. "Em ăn gì em cho anh ăn nấy. Kệ! Giống như chia xẻ chớ hổng phải nấu cơm tháng chuyện nghiệp nha."

Vậy là ký hợp đồng miệng với nhau. Giờ giấc không nhứt định mà cô Sáu vẫn chờ đặng ăn chung. Cô Sáu canh lúc nào anh Tám vắng khách mới biểu tụi nhỏ mời anh qua dùng bữa. Anh Tám lấy làm lạ nhìn cái mâm chỉ có hai chén cơm và hai đôi đũa, ở giữa là một dĩa cải muối và hai trái dưa chuột - mỗi người một trái sẽ tự động cắn ăn. Cô Sáu nói:

"Bữa nay đặc biệt mời anh ăn cải muối mặn ngọt."

"Phải Tàu kêu cải xá-bấu hôn?"

"Củ cải xá-bấu của người Triều Châu mặn nhưng người mình ngâm nước tương và đường với chút ít sả ớt bầm thành ra nó vừa mặn mặn vừa ngọt ngọt mà hơi cay cay. Cái món nầy ăn hao cơm lắm đó."

Thiệt vậy, chưa có bữa nào anh Tám ăn ngon miệng và nhiều cơm đến như vậy.

"Nếu anh thích thỉnh thoảng em làm cho anh ăn. Dễ dàng, nhẹ nhàng, mà lại rẻ tiền nữa!"

Có hôm vui cô Sáu nói:

"Em đã kể *dòng dõi ba đời* nhà em rồi mà anh chưa khai *lý lịch trích ngang* của anh ra."

Anh Tám nhớ lại mười năm binh lửa. Đã gần ba mươi tuổi bao nhiêu lần thập tử nhứt sanh đến đỗi cha mẹ cứ hối cưới vợ đặng có cháu nối dõi tông đường nhưng anh cứ hẹn lần hẹn lữa, "Để hòa bình con sẽ cưới vợ cho chắc ăn. Chớ bây giờ lập gia đình, lỡ con chết thì ba má đâu được lãnh tiền tử tuất và chỉ khổ cho người ở lại, nhứt là lúc đã có con." Má cự: "Mầy đừng có nói bậy đi, con!" Tới ngày tàn, đơn vị kêu di tản mà anh không chịu đi, rồi tự nguyện đi học tập chánh sách mới của nhà nước, trầm ngâm một hồi rồi nói:

"Tui ngu lắm cô Sáu!"

"Ngu làm sao?"

"Có sẵn phương tiện đi được mà tui hổng đi để bị bắt vô tù."

"Rất nhiều người chớ phải một mình anh đâu!"

"Hồi đó tui tưởng hổng đến nỗi nào. Thắng thua gì họ cũng người mình. Ai dè…!"

4

Anh Tám không phải con nhà giàu học giỏi nhưng được cái là hiền và hay nói chuyện cà tửng cho nên mấy đứa con gái căn kế bên hể rảnh thì qua ngồi đấu láo vừa coi ảnh lao động chơn tay. Tụi nó hỏi và nói đủ thứ chuyện trên trời dưới đất, từ hồi chạy giặc tới những năm đói kém phải ăn độn khoai mì khoai lang và bo bo, từ hồi mua bán đủ thứ bị bắt tịch thâu hết vốn liếng tới cho mướn tạm *cái nầy*. "Đất đai đâu phải của họ mà họ còn bán lấy tiền bỏ túi riêng, còn đàng nầy cái của em em muốn bán hay cho mướn gì thì tùy em chớ!"

Một bữa cô con gái qua ngồi coi anh Tám rút căm, nói:

"Em thấy tội anh quá."

"Tui đâu có làm gì nên tội!"

"Ý em nói tội nghiệp anh ghê."

"Tui làm ăn bình thường có gì đâu mà tội nghiệp."

"Anh có vợ con gì hôn?"

"Hồi đó tui cũng có đào."

"Rồi anh đi cải tạo nó bỏ hả?" Cô gái nói mà như khẳng định.

"Ừa! Bây giờ lỡ thời rồi vợ con gì nữa, cô."

"Bộ ở tù lâu quá anh hết *muốn* nữa rồi hả?"

Anh cười làm bộ giả nai:

"Ý cô nói *muốn* là muốn gì?"

"*Muốn* đàn bà con gái đó!"

"*Muốn* chớ sao không, cô?"

"*Muốn* thì em *cho* anh."

"Tui chỉ làm sống qua ngày chớ đâu có tiền trả cho cô."

"Em cho anh *chơi không* tại vì em thích anh," cô

cười ranh mảnh. "Bữa nào anh muốn thì hú em một tiếng. Em tắm rửa sạch sẽ xức dầu thơm em qua nha!"

"Thôi cô, đừng có khùng quá đi!"

Chẳng những một mình cô gái nầy muốn thưởng anh mà cả đứa con gái quản lý cơ sở kinh doanh của bà Sáu-già cũng muốn *ngủ* với anh nữa.

Anh Tám kể cho cô Sáu nghe chuyện *số đào hoa* cuối mùa nầy, cô Sáu lườm:

"Đừng nha!" Cô lập lại. "Đừng rớ vô nha!"

Anh Tám làm bộ nói:

"Tui độc thân mà, đâu có gì ràng buộc. Tại sao đừng?

"Đứa con gái con bà chủ là cháu của viện kiểm sát nhân dân đó. Đụng tới là ở tù rụt xương," cô Sáu lại lườm anh. "Còn cô kia lớn rồi nhưng không an toàn, coi chừng bịnh thấy bà nha."

Cô Sáu lại thân mật dịu giọng cười đẩy đưa:

"Bộ hết chỗ rồi sao, anh Tám?"

Nụ cười và câu nói của cô Sáu khiến trái tim anh Tám ngưng đập một nhịp!

5

Cũng đã chín mười năm xa Biên Hòa, ban đầu anh Tám định đi xuống chợ ra Biên Hùng, ghé Cầu Gành, tạt vô nhà ga, lên Vườn Mít thăm dân cho biết sự tình - giống như nhà vua đi kinh lý - từ ngày dân miền Nam mở cửa đón tiếp *người anh em* vô nhà. Nhưng đi mới được nửa đường thì khuỵu chưn tại quán cà-phê cô Sáu Liễu. Cô tâm sự là tiêu chuẩn lấy chồng phải bằng hoặc hơn mình. Hồi đó hai người cũng đã học xong tú tài rồi ảnh đi lính. Khi ông xã ra trường về Biên Hòa thì cô Sáu mới vô cư xá ở luôn tới đứt phim.

"Lúc trước em chẳng nói vai vế của ảnh nhưng ảnh cũng có lon lá chớ hổng phải không."

"Anh cũng đoán ra được," anh Tám nắm bàn tay cô Sáu đặt lên ngực mình. "Anh cũng biết em mặc dầu con gái ở dưới quê lên thành mà đâu phải… Em biết sao hôn?"

"Sao? Anh nói em nghe đi."

"Em nói năng chững chạc và ăn mặc đàng hoàng chớ không hở cổ cho người ta coi…"

"Anh lợi hại thiệt," cô cười. "Ngực con gái là riêng tư chớ đâu phải công cộng mà khoe."

Anh Tám nằm nghe cô thỏ thẻ kể lể:

"Mặc dầu anh không kể rõ nghề nghiệp nhưng qua cách nói chuyện em cũng biết hồi trước anh làm gì rồi mà."

"Em thông minh thiệt. Anh chọn em hổng lầm!"

Và cô Sáu ôm anh Tám:

"Lúc nào rảnh ra phường làm hôn thú đi."

"Anh đâu có hộ khẩu ở đây mà làm."

"Em làm được hết."

Anh Tám chần chừ vì không muốn bị trói buộc:

"Bộ hổng làm không được sao?"

Anh Tám suy nghĩ:

"Ở đây chắc khó sống!"

"Kệ! Tới đâu hay tới đó."

"Anh sợ liên lụy tới em."

"Em chấp nhận mà!" Cô Sáu vuốt mặt anh Tám. "Bộ anh tính quất ngựa tuy phong hả? Không định ăn đời ở kiếp với em sao?"

Anh Tám cười hun cô Sáu một lần nữa:

"Em nói xàm không. Em có nghe người ta nói *'Khi chưa cưới, vợ là thiên thần/ Cưới nhau rồi, vợ là thiên định/ Khi vợ nổi giận là thiên lôi/ Tối gần vợ là thiên đường.'* hôn? Anh khoái nhứt là *'Tối gần vợ là thiên đường'* nhưng hổng thích *'Khi vợ nổi giận là thiên lôi.'*"

"Dầu sao đi nữa, em cũng có ăn học chớ đâu đến đỗi là thiên lôi!"

"Bây giờ anh trên răng dưới... dái, sợ mang tiếng đào mỏ."

"Kệ! Còn...," cô Sáu cười rúc đầu vô nách anh Tám, "... còn... dái là được rồi!"

Cô Sáu còn phê nói lí nhí:

"Hồi trước mới gặp em, anh nói anh là con trai tân chưa biết đàn bà," cô Sáu nghĩ chuyện vừa qua biết anh Tám nói xạo. "Hổng dám con trai tân đâu! Con trai tân mà vậy!"

"Thiệt mà! Vô trỏng mấy thằng bạn bác sĩ chỉ vẽ chớ hồi đó anh đâu biết gì."

Lúc ra phường làm hôn thú anh Tám mới biết mình thua "em" đúng nửa con giáp. Ai cũng nói anh Tám ngu lấy vợ già nhưng những người có kinh nghiệm ở đời nói cô Sáu khôn và chính cô Sáu cũng thấy mình khôn! Thường tình người ta ví đàn ông như trâu bò thích gặm cỏ non chớ không ngược lại. Nghĩ cũng lạ, cô Sáu làm chủ quán nhan sắc còn mặn mà thì thiếu gì ong bướm vây quanh, trong số đó có nhiều đại gia tư bản đỏ hoặc sĩ quan cán bộ làm lớn trong phi trường.

Cô Sáu nói:

"Tụi nó tự coi mình là kẻ chiến thắng nên ăn nói hỗn hào lắm. Lúc nào cũng đem tiền bạc và quyền lực ra làm mồi nhử. Nếu em ham thì em chịu tụi nó mất đất rồi chớ đâu đợi tới bây giờ."

"Vậy em có ân hận phí tuổi xuân hôn?"

"Nhưng bây giờ em được bù lại rồi."

Cô Sáu không có học bói toán mà tính việc như thần. Chẳng bao lâu sau có Chương trình HO!

Sau khi hai vợ chồng và đứa con đi xuất cảnh thì coi như hết Tập Một!

■ nsh_250915-nhuận sắc 251006

GIA ĐÌNH CÁCH MẠNG

truyện ngắn

Tính đến lúc đình chiến thì bà Chín đẻ tới bốn lần. Mấy đứa con sau nhỏ xíu không kể, trong gia đình thì người lớn chỉ có bốn người là ông bà Chín, chị Năm, và chị Sáu. Chị Năm lớn hơn chị Sáu hai tuổi mà tướng tá ẻo lả èo uột. Nhờ cái cách ăn nói nhẹ nhàng, ngọt ngào, và lễ phép mà mới mười sáu tuổi được anh Nguyễn Châu Do rước về làng Hưng Long quận Bình Chánh lúc đó cũng thuộc tỉnh Chợ Lớn. Trái ngược lại với người chị, chị Sáu tháo vát và mạnh khỏe như đàn ông thay cha mẹ quán xuyến công việc nhà.

Sau Hiệp Định thì phân nửa gia đình gồm ông Chín và mấy đứa lớn dọn về ấp Phước Hưng-ngoài thuộc làng Long Hòa khai khẩn ba mẫu ruộng của cô Sáu bị bỏ hoang lâu năm vì giặc giã. Ông cất cái chòi lá ở tạm trên miếng vườn cũng bị bỏ hoang. Một hai năm sau, ông mới dời được cái nhà ngói ba căn bên Long Thượng và đưa bà Chín cùng mấy đứa nhỏ tức là đưa hết phần còn lại qua. Ở đây gia đình ông Chín, ngoài làm ruộng còn trồng hoa huệ và đồ hàng bông theo mùa.

Ông Chín lo chuyện ruộng nương, trồng trọt, và giao tiếp bên ngoài. Nhưng một mình ông cũng làm không xuể với ba mẫu ruộng và cả cái vườn hàng bông mà phải cần bàn tay của vợ góp vô vào mùa lúa và khi hàng bông tới lứa. Công việc nội trợ của bà Chín từ cơm nước tới đủ thứ chuyện không tên... và coi sóc vườn trái cây. Vậy mà ở cái tuổi gần mãn kinh, bà Chín lại mang bầu đẻ vớt con Út xong bị sản hậu qua đời ở tuổi chưa tới năm mươi thì ông Chín kể như cụt tay. Mấy việc khác thì không sao nhưng chiếc chiếu bông đang dệt nửa chừng còn bỏ dở.

Sau khi bà mẹ qui tiên thì chị Sáu trở thành cột trụ gia đình. Công việc gì chị cũng làm mà làm hây hơn nhiều phụ nữ khác. Từ nhổ mạ, đi cấy, làm vần công, đập lúa - phụ nữ mà đập lúa mới dữ! Ngoài mùa lúa chị trồng rau cải khi thì đem ra chợ Rạch Kiến xã Long Hòa khi thì chợ An Thuận xã Phước Vân. Bông huệ và măng tây cùng những thứ hoa khác thì khoảng nửa tháng mới thu hoạch một lần gánh ra chợ Rạch Kiến đi xe đò Kim Lợi lên bỏ mối ở Chợ Lớn.

Sự lanh lợi và tháo vát của chị Sáu không qua được cặp mắt trinh sát của bà Mười Hai mẹ chiến sĩ. Ông chồng bà và người con thứ Tư đã hy sanh cho cuộc kháng chiến Chín Năm. Trong ba trăm ngày sau Hiệp định Genève, nhiều thanh niên thanh nữ trong xóm từ giã gia đình đi tập kết ra Bắc hứa hẹn hai năm sau trở về. Trong số nầy có cả những đứa mới mười lăm mười sáu tuổi thuộc gia đình cách mạng nòi cũng đi. Tuy nhiên, anh Tám lại hồi cư về làm dân thường.

Cao hơn một thước bảy, anh Tám tướng tá ngon con, người ta kêu ảnh là Tám-cao để phân biệt với thằng Tám-nhỏ em của chị Sáu Nỡ. Thời đó chỉ những người đi kháng chiến mới học hành chập chờn trong bưng cho biết đọc biết viết nhưng anh Tám được coi như hây chữ hơn hết. Anh Tám là một thanh niên năng động hầu như công việc gì anh cũng biết, từ lợp nhà vừng vách tới xúc đất đào hào, từ soi cá cắm câu tới đi đăng đi đó, từ đi cấy đi cày tới cắt lúa đập lúa. Tương xứng với anh Tám trong xóm nầy thì chỉ có mỗi một mình chị Sáu.

Mặc dầu về làm dâu nhà bà Mười Hai, nhưng lúc chưa có con chị Sáu không bỏ bê công việc nhà ông Chín mà dìu dắt mấy đứa em, lúc nầy hơi trọng, phụ ông Chín trông coi việc nhà và chuyện đồng áng. Ai cũng nói "thằng Tám-cao mà lấy con Sáu Nỡ thì hai vợ chồng nó thầu hết công việc của xóm nầy." Mà thiệt vậy, hai vợ chồng trở thành ngôi sao miệt vườn lúc nào không biết. Trong vòng mấy năm hai vợ chồng trở nên khá giả nhưng anh chị vẫn ở với bà mẹ chiến sĩ chớ không ra riêng.

Trong thời gian hòa bình ngắn ngủi đó, anh Tám-cao dạy cho thằng Tám kỹ năng sống vùng nông thôn. Anh bày cho nó làm cây chĩa nhiều mũi để soi cá. Thằng Tám-nhỏ kiếm cây trúc lớn bằng chừng nửa cườm tay người lớn làm cái cán và mài căm xe đạp làm mũi chĩa. Kết quả cây chĩa của nó gồm sáu mũi ở vòng tròn ngoài và ở giữa chừng hai ba mũi làm sao khi phóng xuống mục tiêu con cá nếu sót mũi nầy thì cũng dính mũi kia. Ngoài ra, anh Tám-cao còn dạy nó làm cái chóa để gom ánh sáng đèn khí đá về một hướng.

Mùa lúa vừa xanh chưa trổ đòng đòng là lý tưởng đi soi cá. Tối thiệt tối, thằng Tám-nhỏ theo anh Tám-cao đi dọc theo bờ rọi đèn xuống ruộng tìm mồi. Con cá ngủ không hề biết thần chết đang chiếu cố đến mình tới khi nghe một cái phập thì là lúc nó giựt mình giãy giụa ở đầu cây chĩa. *Chiến lợi phẩm* thường là cá lóc bằng cườm tay trở lên chớ nhỏ bằng nửa cườm tay trở xuống gọi là cá trào thì được tha mạng. Không đi thường xuyên, chừng vài ba đêm mới *hành quân* một lần mà đi chừng hai tiếng đồng hồ thì đủ cá cho hai ba ngày.

Miền Nam được hòa bình chừng bốn năm năm thì trong xóm rục rịch có truyền đơn in bản gỗ lem luốc "đả đảo ngô đình điệm ủng hộ hồ chí ming," "đả đảo điệm nhu gia đình trị," "nhật bản thua liên xô thắng lợi hoàn toàn." Truyền đơn in tay rải cho dân coi đặng lên tiếng có sự hiện diện của cách mạng chớ lính ngoài đồn có léo hánh tơi đâu mà dòm ngó. Thằng Tám-nhỏ có đi học biết Nhựt Bổn đầu hàng quân Đồng minh từ hồi Thế chiến Hai lúc nó mới đẻ cách nay cũng đã mười mấy năm chớ đâu đợi tới bây giờ.

Đến cuối năm Năm Mươi Chín thì hình như có

mùi chiến tranh. Nghe đâu đây có những trận đánh nhau giữa hai phe quốc cộng nhưng các cuộc đụng độ chưa về tới xóm nầy; chỉ lâu lâu mới có vụ đắp mô chặn xe đò rải rác trên con đường đi Chợ Lớn. Báo chí đăng mặt trận tuyên bố thành lập trong vùng giải phóng ở một ngôi làng Tân Lập nào đó sát biên giới Miên. Và bấy giờ thằng Tám-nhỏ mới biết anh rể của nó là một trong các *đạo diễn* chánh ở xóm nầy. Nó nghĩ phải chi ảnh bàn trước với nó thì nó làm *cố vấn sử địa* cho khỏi bị hố, "Nhựt Bổn đã đầu hàng phe Đồng minh từ hồi nó mới đẻ mà!"

Tin thắng trận từ *các nơi xa lạ ở đâu đâu* đưa về làm nức lòng người. Có mặt trận rồi thì phải có cái gì để chứng tỏ có sự hiện diện của cách mạng ở địa phương mình. Do đó đội du kích được thành lập, trước tiên gồm con cái của gia đình cách mạng nòi tình nguyện, sau vận động thanh thiếu niên lối xóm. Anh Tám-cao nói bây giờ chưa có súng thì mình xài mã tấu, bèn nhờ ông Tám thợ rèn đúc cho mấy cái phát cho tụi nó. Người dân hể thấy đứa nào đeo mã tấu ngang hông thì phải biết nó là du kích quân, người của cách mạng được ưu đãi.

Từ lúc chiến tranh bùng nổ tới giờ, thằng Tám chỉ biết cái mã tấu giống như cái phản cỏ nhưng không có cái cán cong cong. Ngoài ra, nó chỉ nghe nói mà chưa bao giờ thấy cây súng ngựa trời thiệt làm bằng ống sắt bít đít, ở hông sát dưới cùng khoét lỗ đặng nhồi thuốc pháo để *bắn* bằng mồi lửa, và khúc trên bỏ vô đủ thứ miểng chai, sắt vụn, đinh sét, sạn sỏi, và vân vân; càng dơ càng tốt để sát hại càng nhiều. Nếu không kiếm được ống sắt thì làm tạm bằng lóng tre *mạnh-tông* loại lớn. Anh Tám nói, "Đối đế lắm thì mình lấy thân cây đu đủ chế súng ngựa trời giả."

Cây súng nầy đã được xử dụng một lần trong trận đánh *ra mắt* với lính Rạch Kiến. Sau khi được lãnh cây súng tâm-xông, anh Tám-cao quyết định dắt bốn du kích chống càn của lính ngoài bót vô tới cầu Ông Bộ. Nhưng mới bắn được có hai viên thì súng kẹt đạn. Lính đuổi theo tới nhà anh Năm Diếp thì *phe ta* rút về tới cây rơm nhà thằng Tám. Ảnh biểu thằng Tám-nhỏ đem súng ngựa trời ra bắn hù dọa. Nó bỏ khí đá vô và chế một ít nước lắc lắc cho khí đá sôi lên rồi bật diêm quẹt *bắn* nó nổ một cái đùng. Xong, thân cây súng tét bỏ luôn. Ảnh biểu nó lấy bập dừa đập cầm chừng thay tiếng súng ngựa trời. Không biết lính sợ súng hay chán quá bèn rút về không đuổi theo du kích nữa.

Chẳng những biết bắn súng ngựa trời và súng đạn thiệt, anh Tám không bao giờ quên nghĩa vụ đối với vợ chiến sĩ. Chị Sáu đẻ thằng Khâm con trai đầu lòng, rồi chưa tới năm sau đẻ con Nhàn. Sau trận đánh thử lửa với lính quốc gia thì anh Tám giao đội du kích cho thằng em lớn. Bấy giờ đội chỉ có một cây súng tâm-xông do thằng Chỉnh giữ, còn mấy đứa kia thì trang bị mã tấu. Thằng Chỉnh vận động bà con mua cho mỗi đứa một tấm ni-lông màu xanh lá rừng. Còn thằng Tám-nhỏ thì chặt trúc đươn cho mỗi đứa một cái *nón sắt bằng tre* giống như cái ky nhỏ cũng được bọc lại bằng miếng vải ni-lông cùng màu.

Ngoài ra, mỗi du kích quân còn được chị Hai Diệp thợ may tặng cho một sợi dây nịt to bản bằng vải kaki dầy, giả bộ như có chỗ vắt đạn!

Thấy có dây nịt dầy giống lính ngoài chợ mà không có súng đạn coi cũng kỳ, anh Tám-cao bàn:

"Nhìn đội du kích mình tao nản quá! Nghe nói đội du kích Tân Tập có tới tám đứa."

"Tám đứa mà nói làm gì? Xã Tân Trụ có cả chục đứa kìa," thằng Xỉnh xen vô.

"Đội du kích Tân Tập chỉ tám đứa mà có tới hai ba cây súng lận," anh Tám phân bì.

"Chưa có súng, nhiều người mà làm gì?" Thằng Chỉnh nhăn mặt yêu cầu: "Anh rán vận động trên tỉnh đi."

"Mầy nói có lý."

Anh Tám tán đồng ý kiến của thằng Chỉnh. Nhưng trong khi chờ đợi có thêm súng thiệt, anh Tám bèn nghĩ ra sáng kiến nhờ bác Sáu Tứ thợ mộc làm cho năm cây súng tâm-xông. Ảnh biểu thằng Tám-nhỏ lấy viết chì đồ cái hình cây súng trên giấy dầu rồi lấy kéo cắt làm mẫu đưa cho bác Sáu.

Bác Sáu Tứ muốn từ chối cũng không được, nói:

"Tao làm được nhưng chỉ hơi giống giống thôi chớ giống hịch hổng được."

"Tàm tạm thôi chớ muốn y chang như súng thiệt sao được!" Anh Tám gật gù bằng lòng.

Bác Sáu hớp một ngụm trà, nói tiếp:

"Mà phải lâu lâu chớ gấp hổng được," bác Sáu bỏ cái đục xuống, vấn điếu thuốc rê. "Biểu đứa nào có quen tiệm sửa xe của thằng Hai Cò ở ngả tư Xoài Đôi xin một bình nhớt cũ."

"Cái đó thì được," anh Tám đồng ý. "Nhưng chi vậy?"

"Đặng tẩm cho nó giống màu cây súng thiệt."

Bác Sáu bật hộp quẹt đốt điếu thuốc bập cho nó cháy, nói thêm:

"Nhưng ban ngày ban mặt tụi bây đừng có mang."

Thằng Tám-nhỏ ngu thiệt, hỏi:

"Sao vậy, bác Sáu?"

"Người ta biết giả chớ sao nữa?" Bác Sáu cười nhìn thằng Tám-nhỏ.

Chừng hơn tháng, bác Sáu giao súng với lời khuyên:

"Tụi bây phải khôn khôn một chút," bác Sáu ngó anh Tám. "Mầy nhớ dặn mấy đứa nhỏ mang kín kín chớ đừng phô trương quá."

Sau khi giao hàng, bác Sáu vỗ vai anh Tám, dặn:

"Hãy giữ bí mật! Chỉ đám tụi bây thôi, nhớ đừng cho ai biết!"

Trước khi làm lễ ra mắt đội du kích xã Long Hòa, anh Tám bỏ nhỏ với mấy đứa du kích:

"Tụi bây mang nửa kín nửa hở chớ đừng lộ liễu quá kẻo người ta biết nha!"

Bấy giờ đội du kích xã có vẻ ngon lành nhưng thực ra chỉ có năm đứa trong ấp Phước Hưng-ngoài, mà đứa nào cũng có *cây súng*.

Được một thời gian, "ở trên" nói thằng Chỉnh đã có kinh nghiệm chiến đấu nên được điều về tiểu đoàn cơ động tỉnh Long An nên nó bàn giao đội du kích cho thằng Xỉnh em nó. Ban ngày thằng Xỉnh giấu cây súng ở đâu không ai biết mà nó đi coi trâu như những thanh niên bình thường. Mùa nước nổi thì nó đi cày, nhổ mạ, và đi cấy. Mùa lúa chín thì nó đi đập lúa mướn như anh Tám-cao hồi đó. Tối lại nó mới tập hợp đội du kích đi tuần tiểu ở mấy nhà có con gái, chiêu mộ tụi nó đi theo đặng có trai có gái cho vui.

Ở đây được mấy ổng coi là vùng giải phóng. Lúc thằng Tám-nhỏ còn ở đó chưa lên thành thì không thấy lính tráng quốc gia léo hánh tới. Xóm nầy ở cuối cùng của hai xã Phước Vân và Long Hòa chỉ cách nhau bằng con đường chạy cặp theo bờ tre phía tây của miếng vườn nhà ông Chín. Mặc dầu chỉ cách có bốn cây số nhưng từ đây ra chợ Rạch Kiến phải qua hai cái cầu Ông Tánh và Ông Bộ; còn lên xã Phước Vân cũng xa ngần ấy đường mà phải qua con đập um tùm lá dừa nước chỗ gần ngả tư An Thuận.

Bởi vùng giải phóng nên cách mạng hoạt động công khai, xung khí ngất trời. Hầu như hằng đêm có văn nghệ văn gừng hát hò thoải mái. Những bài ca cách mạng hun đúc tinh thần chống Mỹ cứu nước. Con gái con trai ngoài mùa màng chỉ đàn đúm bất kể lời khuyên răn của cha mẹ. Thời cách mạng là con cái phải được giải phóng khỏi ảnh hưởng của cha mẹ chớ không như Mỹ ngụy bắt con gái ru rú trong nhà lo chuyện cơm nước. Lâu lâu có một đứa du kích con gái chửa hoang, má nó đem về nuôi đẻ. "Cháu ngoại chắc chắn là cháu ngoại mình."

Nghe chị Sáu nói lúc nầy anh Tám được thăng quan tiến chức, hình như trên huyện, lâu lâu ảnh *về* thăm con và *ủy lạo* chị Sáu vài ngày cho thỏa tình chăn gối rồi mới đi. Lần nầy chị Sáu thấy ảnh có lận trong áo cây súng sáu *bẻ cổ*. Ảnh biểu chị Sáu may cho ảnh cái bao súng bằng vải ka-ki và cái túi rút đựng mấy viên đạn đồng. Ảnh cưng cây súng hết biết luôn. "Súng là vợ Đạn là con." Ảnh hãnh diện còn nói, "Vợ con mất hổng sao - chỉ buồn một thời gian rồi cũng nguôi ngoai - chớ mất súng là bị hạ từng công tác có khi còn ở tù nữa!"

Tất cả các cán bộ chưa thoát ly thì ai cũng có

một cái hầm bí mật riêng cho mình phòng khi bị lính đi bố thình lình không trốn kịp. Đúng qui tắc bí mật, cái hầm phải làm ở chỗ không ai ngờ tới được, khi ở góc cây rơm khi ở chuồng gà khi ở cạnh cái tủ gạc-măng-giê. Riêng cái hầm của anh Tám thì ở ngay dưới cái rương lớn đựng quần áo trong buồng ngủ, chỉ mình chị Sáu biết mà thôi. Sau nầy thằng Tám-nhỏ nghe nói anh rể nó với hai thằng em đào cái hầm trong vòng mấy đêm là xong, đất bưng ra đổ xuống hào phi tang.

Thời thằng Tám-nhỏ còn ở quê ít thấy lính quốc gia đi càn. Mỗi năm lính Trung đoàn 46 của Sư đoàn 25 Bộ Binh hành quân lục soát chừng một hai lần, mà lần nào cũng không tìm bắt được cán bộ chánh trị mà chỉ tịch thâu được mấy lá cờ mặt trận và một mớ truyền đơn in mộc bản "nhân dân miền nam nhất tề đứng lên chống mỉ cú nước," "hồng quân liên xô thắng nhật bản." Du kích trở thành dân thường gặt lúa hay đập lúa, còn cán bộ thì xuống hầm bí mật. Mà y như rằng sau mỗi cuộc *đi bố* của lính quốc gia thì có *Việt gian* bị đem ra xử.

Chiến dịch thanh lọc hàng ngũ cũng được thực hiện trong thời gian nầy. Một bữa khuya, ông Năm Đậu dân hồi cư bị hai người lạ mặt tới nhà bắt đưa đi mất tích. Sau một thời gian, người đi rải chài ở sông Đôi Ma lưới được cái bao bố khá nặng, bên trong có mấy cục đá và bộ xương mà bà Năm nhận là chồng nhờ cái quần xà lỏn ông mặc đêm đó. Đồng thời cũng có chiến dịch *trừ gian* mà phe quốc gia gọi là chiến dịch khủng bố nhơn viên chánh quyền. Ông trưởng ấp Trư bị cắt cổ, đầu đem bêu ở trụ đá ranh giới hai xã Long Hòa và Phước Vân.

Những ngày cuối năm, tiểu đoàn cơ động tỉnh về đóng quân ngay cái xóm nầy chuẩn bị chiến dịch Tết Mậu Thân. Cán bộ vận động dân gói bánh tét bánh ít và đủ thứ xôi ủy lạo chiến sĩ cách mạng. Bộ chỉ huy đóng tại ngôi nhà ngói nền đúc của ông Năm Viện ở sát ngoài biền, nơi rừng dừa lá từ mé sông chạy tới xóm nhà ngó ra cánh đồng. Ở nhà ông Chín chỉ đóng quân một toán trinh sát trong đó có một thằng con ông Chín Nhơn xóm trên đang dụ con Mười - còn nhỏ xíu - em chị Sáu. Kỳ nầy "lập công dâng bác": Tiểu đoàn cơ động tỉnh sẽ đánh lấy bót Rạch Kiến trong khi bộ đội miền sẽ tấn công quận Cần Đước.

Sau vụ tổng tấn công Tết Mậu Thân thất bại, môi trường hồ hởi phấn khởi im lìm và phong trào cách mạng xìu hẳn. Không còn đội du kích, trai gái không còn đàn đúm văn nghệ văn gừng nữa. Đấy là lúc chị Sáu xin phép đàng trong đi thăm nuôi anh Tám-cao ở căn cứ tận biên giới Miên. Mỗi lần chuẩn bị đi, chị gom góp thuốc men, tiền bạc, và không quên lận theo mấy chỉ vàng để tiếp tế cho ảnh. Phải đợi tới cả tháng, chỉ mới được giao liên dắt đi thăm anh Tám và được cách mạng cho hưởng ơn mưa móc tình chồng vợ.

Là vợ cán bộ, chị Sáu không thể đứng bên lề cuộc cách mạng *chống mỹ cứu nước*. Bấy giờ là thành viên của *ban nữ công*, chị Sáu bận bịu suốt ngày đêm - nhứt là sau thất bại Mậu Thân - nên giao hai đứa cho ông ngoại nuôi, được dì Út coi sóc và kềm học. Trong khai sanh ràng ràng cha tụi nó là Nguyễn Văn Tám. Cả làng đều biết ảnh đã thoát ly theo đàng trong nhưng tụi nó vẫn đi học bình thường như những đứa khác. Lúc thằng Khâm đậu bằng Trung học Đệ Nhứt Cấp lên đệ Tam - vì trường quận hết lớp - rồi năm sau tới con Nhàn, ông ngoại dắt lên Sài Gòn gởi cậu Tám cho tụi nó đi học.

Thằng Tám từ hồi hơi biết suy nghĩ sống với họ chắc khoảng mươi mười năm chứng kiến nhiều cảnh trái tay gai mắt nên có vẻ không thích chánh sách bạo lực của họ bèn bỏ lên thành. Sau đó, nghe người ta nói tới tuổi quân dịch nó đi lính quốc gia mà không theo đàng trong. Họ biểu ông Chín lên thuyết phục nó: thứ nhứt là bỏ ngũ mà về với cách mạng, thứ hai là nếu không về thì âm thầm nằm vùng hoạt động, kèm theo lời nhắn có ý đe dọa. Ông Chín đi lên đi xuống mấy lần, cuối cùng đành về tay không. Kết quả là ông Chín bị họ bắt dẫn đi mất biệt vì không chiêu dụ được thằng Tám-nhỏ. "Chắc ổng có cự cãi gì với họ," có người nghĩ.

Từ tháng Ba cho tới những ngày cuối tháng Tư cả đất nước mịt mù khói lửa thì người dân Sài Gòn hoang mang, đất Sài Gòn tràn ngập dân miền ngoài từ vĩ tuyến 17 tản cư vô. Lính quốc gia rút về vùng Đồng bằng Sông Cửu Long; dân chúng thì một số chạy theo lính quốc gia mà không chạy ngược ra theo cách mạng, một số tìm đường bỏ nước ra đi. Trong tình trạng hỗn loạn ấy, thằng Khâm dắt con Nhàn theo đoàn người xuống tàu Việt Nam Thương Tín kịp lúc nó nhổ neo ra khơi. Cậu Tám nó kẹt ở đơn vị không về được và cuối cùng bị bắt tại mặt trận.

Tới ngày Ba Mươi có lịnh buông súng thì chiến tranh kết thúc. Ngày hòa bình lập lại, nhơn dân miền Nam *hồ hởi phấn khởi*, từ nay "Đất nước thống nhất ta xây dựng quê hương giàu đẹp gấp mười lần ngày xưa" theo lời hứa của *bác tám keo*. Phe thắng cuộc gom tất cả những gì gọi là *chiến lợi phẩm* chở về miền Bắc xã hội chủ nghĩa đang khao khát. Nhơn dân miền Bắc cũng *hồ hởi phấn khởi* không ít đổ xô vào miền Nam nhìn bà con ruột thịt bao năm xa cách và nhận quà đem về khoe với láng giềng.

Phe bại trận thì năm sáu Tướng lãnh, Sĩ quan cấp Tá cấp Úy, lính tráng vô danh, người ta không đếm nổi bao nhiêu tự sát bằng súng, thuốc ngủ, và bằng nhiều cách khác nhau. Nhưng phần lớn xuôi tay về làm dân thường để được sống trong một đất nước theo tiêu chí *độc lập* trừ *tự do* trừ *hạnh phúc*. Sĩ quan, Hạ sĩ quan các ngành an ninh và tình báo, cảnh sát, đảng phái, chức sắc tôn giáo, người giàu có... cùng những ai dính líu với chánh quyền miền Nam đều *tự nguyện* đóng tiền ăn để được đi học tập cải tạo!

Chị Sáu dắt về giới thiệu một anh Sáu-khác

là đồng chí của anh Tám-cao lúc nầy được tuyên dương là liệt sĩ. Anh Sáu-sau là dân miền ngoài lúc trước xâm nhập hoạt động cho cộng sản đang *nằm ấp* ở Côn Đảo được trao trả tù binh hồi cuối năm 1973. Hình như ảnh đã thấy có cái gì khang khác ở xã hội miền Nam nên không bày tỏ cảm tưởng sắt máu như mấy đứa *kách mệnh ba mươi*. Bấy giờ lối xóm mới biết thằng Út Lặc là con của anh Sáu sau nầy. Là gia đình liệt sĩ nhưng nó còn nhỏ xíu nên không tham gia chánh quyền cách mạng được.

Chẳng bao lâu vườn trái cây và vườn dừa của chị Sáu cũng như vườn xoài và vườn trái cây của ông Chín bị kiểm kê để đóng thuế xây dựng đất nước bị chiến tranh tàn phá. Ruộng lúa bị sung vô hợp tác xã, người chủ ruộng *được* chấm công "làm theo năng lực hưởng theo nhu cầu." Chị Sáu Nỡ khiếu nại rằng chính chị là cán bộ *nữ công*, gia đình chị đóng góp nhiều tài sản cho cách mạng và đã hy sanh bao nhiêu xương máu cho kháng chiến *chống mỹ cứu nước*. Chị kể một dọc từ ông Mười Hai, anh Tư, anh Tám chồng chị, cả con Mười em chị, rồi hai thằng em chồng là thằng Chỉnh và thằng Xỉnh nữa thì được cán bộ chánh quyền mới cho biết đảng sẽ giải quyết sau.

Mấy tháng đã trôi qua rồi, vẫn chưa biết tin tức của ông Chín và thằng Tám-nhỏ. Những người đi tập kết hồi hòa bình kỳ trước không thấy ai trở về. Sau thời gian *hồ hởi phấn khởi*, tinh thần bà con trong xóm xìu xuống hẳn vì các bà mẹ chiến sĩ lúc đầu còn kể công nuôi giấu cán bộ cách mạng và mạnh miệng chửi bới "cái ngữ vô ơn" bị cảnh cáo *phản động*; giờ chỉ còn than thở với nhau "Sao cách mạng thành công rồi mà cuộc sống khó khăn hơn thời Mỹ ngụy hồi trước? Làm cái gì cũng phải xin phép, làm cái gì cũng cấm đoán hết!"

Gia đình của ông Chín đúng là *xôi đậu* nếu không muốn nói là *liên hiệp kháng chiến!* Ông Chín bị cách mạng bắt dẫn đi mất tích, con Mười được phong là liệt sĩ, thằng Tám theo Mỹ ngụy chống phá cách mạng bị bắt tại mặt trận chắc bị đưa đi cải tạo *mút chỉ cà tha*. Bấy giờ tính chung hai gia đình chỉ còn một mình chị Sáu còn sống sót và là người của cách mạng, nhưng bị tì vết vì hai đứa con của chị - thằng Khâm và con Nhàn - *đu càng* theo đế quốc Mỹ nên chị bị bị đẩy ra rìa xã hội mới.

Ngôi nhà ngói có sân gạch và vườn rộng phía sau của ông Chín từng làm nơi hội họp thời cách mạng bây giờ *được* trưng dụng làm trụ sở ấp Phước Hưng-ngoài cũng hợp lý. Phía bên bà Mười Hai mẹ chiến sĩ hy sanh cho cách mạng hết chẳng còn ai. Chị Sáu đem hình ảnh của những người thân về nhà anh Tám-cao chưng chung trên một bàn thờ. Chị đốt nhang cắm lên lư hương nơi ánh sáng đèn dầu leo lét chiếu lên tấm hình dán thẻ được họa lớn phai màu của bà Chín và bà Mười Hai mẹ chiến sĩ cùng bốn năm cái ảnh người thân, mỗi cái kèm theo một tấm bằng liệt sĩ do tướng thú Phạm Văn Thao ký.

Chị nghẹn cổ họng và ứa nước mắt!

■ nsh-251105

NGƯỜI Ở LẠI CHỊU TRẬN

truyện ngắn

Tự nhiên trời sập bị đuổi ra khỏi cư xá không còn ở trong phi trường nữa, hai anh chị đem mấy đứa con về gởi bên nội rồi trôi lên Biên Hòa vì không còn biết phải đi đâu. Mặc dầu sanh đẻ và trưởng thành ở đất Long An nhưng chị không thể về quê mình ở Cần Đước và quê chồng ở Long Hòa - Rạch Kiến. Biên Hòa là nơi dung thân duy nhất vì nó chiếm hầu hết phần đời nhứt là giai đoạn anh đi lính và chị biết suy nghĩ nhiều hơn. Tất cả con cái của anh chị - trừ đứa con gái đầu - đều sanh ra từ nơi xứ bưởi.

Anh xách xe đạp chở chị chạy một vòng từ ga Biên Hòa lên Cổng Một chạy tới Cầu Mới đi vòng qua Cây Chàm vô chợ. Chỗ sầm uất cũng sáng sủa nhứt là trước cư xá công chức bấy giờ xuất hiện nhiều quán cà-phê có bán đồ ăn sáng. Bên ngoài hàng lan can cũng xuất hiện nhiều chỗ - không biết gọi là gì. Đàn ông đàn bà bày trên tấm bạt đồ lạc-xon, lò điện, bếp điện, bàn ủi, quần áo cũ, và cả thuốc tây. Những người nầy, qua cách cư xử, có vẻ là quân nhơn vừa buông súng bất đất dĩ và người bạn đời của họ.

Đối diện là Phòng Thông Tin mà phía ngoài cửa sắt còn nguyên tấm áp-phích tố cộng, một cánh cửa sắt kéo hờ vừa đủ cho một người ra vô, nơi cô cán bộ mặc đồ bà ba đen quấn khăn rằn đeo kiếng mát và tay xách cái túi đựng nón bay phi hành. Bước ra ngoài lối đi bộ, trên đường phố xuất hiện nhiều thanh niên nam nữ cánh tay đeo băng đỏ chận đường xởn đầu những thanh niên tóc dài và dùng kéo rạch ống quần những ai mặc quần bó. Những người trẻ cách mạng ba mươi khác chận xe ra lịnh cho người phía sau không được ngồi hai bên.

Xã hội cũ hồi Mỹ ngụy phồn vinh giả tạo nhà không đóng cửa đồ để quên chẳng mất. Kỷ nguyên cách mạng giải phóng: thời mới chánh quyền mới xã hội mới nên con người cũng phải mới. Người vô sản xẻ dọc trường sơn đi cướp nước nên tất cả cái gì gọi là tài sản từ cái kềm, cái búa, cái ghế, cái bàn tới cái đồng, cái đài, chiếc xe đạp đều phải giữ cẩn thận. Tự nhiên anh chị khôn bất tử, trong vòng một vài ngày chơn lý vụt lóe lên trong đầu như nhà bác học tìm ra kết quả nghiên cứu bấy lâu nay: anh chị tìm được chỗ làm mới tại đây.

Lúc chồng chị làm chìa khóa trước cư xá công chức đối diện phòng thông tin thì gặp người bạn thân hồi đi lính. Anh Dậu lên tiếng hỏi:

"Mầy đang ở đâu?"

"Đang ở trong ga Biên Hòa gần nhà thằng Thanh thợ may."

"Mướn hay ở nhà ai?"

"Của ông thượng sĩ già hồi đó cho lính Không quân mướn."

"Làm sao vợ chồng con cái ở đủ?"

"Sợ bị pháo kích nên gởi tụi nhỏ về quê nội rồi."

"Tao có căn phố ở hẻm Bắc Hà," anh Dậu thương hại nhìn bộ dạng và cách ăn mặc của anh Hùng. "Hồi đó cho lính Không quân mướn, bây giờ tụi nó về quê hết."

Rồi anh Dậu dắt hai vợ chồng chị Hùng vô hẻm Bắc Hà ở Cổng Hai, vỏng vo tam quốc chừng hai ba cái quẹo trái quẹo phải tới con đường mòn đất đỏ chừng mươi thước mới tới nơi. Tiêu chuẩn của phố hồi đó là bốn nhơn mười thước, chị Hùng đoán vậy. Tấm vách ngăn giữa hai phòng khiến nhà bếp vuông vức còn nguyên xon nồi và chén dĩa lỉnh kỉnh. Anh Hùng nghĩ chắc cũng mấy đứa hùn nấu cơm ăn chung chớ không phải sống một mình. Sáu thước phòng khách lót gạch bông sạch bóng còn một số mùng mền chiếu gối nằm trong góc.

Anh Dậu chỉ mớ sách ngăn nắp trên kệ:

"Tụi nầy đi lính nhưng đang học thi tú tài. Tao biểu tụi nó rán học thi lấy bằng tú tài đặng đi sĩ quan," đoạn nhìn anh Hùng. "Như tao đã khuyến khích mầy tiếp tục học luật."

Anh Dậu biểu lộ vẻ hài lòng:

"Học trò nên ăn ở cũng đàng hoàng."

Anh Hùng tỏ ý thích căn nhà:

"Tiền tháng tính sao đây?"

"Tiền bạc mẹ gì! Vợ chồng mầy ở tao còn cám ơn nữa!"

Vậy là anh chị Hùng về quê đưa mấy đứa con lên. Bữa sau người bạn lại đem tiếp tế thêm mùng mền chiếu gối tới:

"Bây giờ chưa lạnh, nhưng xung quanh hằng hà cây cối nên muỗi nhiều lắm."

Đâu chừng mươi bữa nửa tháng có thông cáo của ủy ban quân quản do tướng miền Nam tập kết Trần Văn Trà ký viết rằng hạ sĩ quan đi học ba ngày và sĩ quan cấp úy đem theo tiền ăn mười ngày cộng thêm tiền ăn một ngày đi và một ngày về. Sau khi hạ sĩ quan sáng đi chiều về học xong chương trình ba ngày thì *tốt nghiệp* về nhà bình yên thì các sĩ quan hay tụ tập ở đây *hồ hởi phấn khởi* bàn tính chuyện *cắp sách tới trường.* "Đi sớm nghỉ sớm đặng về còn lo làm ăn." Chị Hùng cũng chọn ngày lành tháng tốt đưa anh lên đường.

Từ ngày tan đàn xẻ nghé tới nay, vợ chồng bận rộn chuyện quốc gia đại sự nên chưa sanh hoạt lần nào mà ngày mai xa rồi nên chị bèn *ủy lạo* cho chiến sĩ vui bước quân hành!

Chị thỏ thẻ:

"May mà em cai rồi, chớ không thì thêm ít nhứt một hai đứa nữa."

"Ờ! Thời buổi nầy mà ôm năm sáu đứa con nít hổng biết làm gì sống?" Anh Hùng vuốt theo.

"Anh khéo lo. Thì trời sanh voi sanh cỏ."

"Nhưng mà sợ không đủ cỏ cho voi ăn!"

"Ai sao mình vậy. Cả nước chớ đâu phải một mình mình."

"Anh nghĩ không biết em có cáng đáng nổi hôn?"

"Anh đi học chưa bằng thời gian biệt phái hồi đó."

"Ờ! Em ở nhà rán cầm cự," anh ôm chị như sợ mất. "Mai mốt về anh kiếm trường cho tụi nhỏ học."

"Mới đầu tháng Năm. Chưa tới tựu trường mà lo gì!"

Rồi hai anh chị thiếp đi lúc nào không hay. Trong giấc ngủ, chị mơ lại cuộc đời hạnh phúc dầu sống trong cảnh chiến tranh, thỉnh thoảng phi trường bị pháo kích. Bởi chồng đi chinh chiến, chị vừa làm cha vừa làm mẹ, buôn bán đắp đổi qua ngày vừa dạy dỗ vừa lo cho con cái ăn học. Còn anh bị đổi đi Pleiku, nếu còn sống thì mỗi tháng được về phép mươi ngày chở chị về quê thăm cha mẹ hai bên. Chị ngạc nhiên không hiểu bằng phép mầu nào mà hai vợ chồng với bốn đứa con mà chất lên được trên chiếc xe *Honda Dame* đời quân đội!

Trong lúc đó, anh mơ hồ cảm nhận có thể mình đã quyết định sai lầm, "Đất nước mình mình không ở mà bỏ đi đâu?!" Từ phi trường Cù Hanh - Pleiku về Nha Trang rồi chẳng bao lâu từ đó lại về Cam Ranh. Những ngày chiến sự căng thẳng anh chưa biết cái phòng sĩ quan độc thân ở căn cứ Cam Ranh ra sao mà chỉ ngủ dưới cánh máy bay ở hăng-ga. Tới ngày về Biên Hòa thì đơn vị đã giải tán. "Ai muốn đi thì đi" - *đi* đây là đi Mỹ! Những sự kiện xảy ra ở miền Bắc trong phim ảnh và sách vở hình như đang tái hiện.

Mới hừng đông, chị dậy sớm luộc khoai và pha cà-phê cho anh. Chị còn cẩn thận chuẩn bị cho anh một bộ đồ ăn nói đặng mai mốt *tốt nghiệp* thì mặc về coi cho được! Kỳ nầy đi học nên có tập vở bút mực và vài cuốn sách đặng vô đó đọc những khi rối rảnh, thêm kem đánh răng, bàn chải, lược, xà bông… và các vật dụng linh tinh cần thiết của một người độc thân bỏ vô cái ba-lô như cho một quân nhơn đi biệt phái hồi xưa. Tiền để đóng *học phí* thì mấy ngày trước anh đã về quê mượn của bà chị rồi.

Trước khi từ giã, anh ôm hun và căn dặn con cái:

"Mấy đứa ở nhà nghe lời má."

Tụi nó chưa có phản ứng gì thì chị an ủi:

"Ba đi học mười ngày ba về."

Bỗng nhiên hai đứa lớn ôm anh khóc òa lên. Hai đứa nhỏ nghe khóc cũng thức dậy khóc theo. Anh lại ôm chúng mà lòng như chết lặng. Thời gian ngừng trôi trong chừng một hai phút đồng hồ để anh chị nghe tiếng khóc thút thít của mấy đứa nhỏ mà mơ hồ nghĩ đây có phải là một cuộc chia ly.

Sau cơn khích động, chị Hùng lấy khoai lang lên chia cho chúng:

"Má đưa ba đi học, lát nữa má về."

Từ cửa nhà sau bước xuống cái tam cấp rồi leo lên cái dốc nhỏ dẫn ra xa lộ. Bên nây là nhà của ông Thành có thằng cháu ngoại lai, "Cả tháng hổng có miếng mỡ đút vô miệng." Bên kia đường, người quen ngồi trong cầu cá cũng tự nhiên rán hỏi một câu, "Bộ đưa ảnh đi học tập hả chị Tư?" Anh chị đi dọc theo hàng bã đậu ngược về phía ngả ba Vườn Mít. Xuất hiện vài ba người mặc quân phục lá cây rừng trường sơn rộng thùng thình đội nón cối đang so sánh đồng hồ bao nhiêu cửa sổ. Tại cây xăng, anh ngập ngừng muốn hun chị nhưng chị mắc cỡ không cho. Hai vợ chồng nắm tay nhau nói lời từ biệt và hẹn ngày tái ngộ không xa.

Trở về nhà chị Hùng nấu một nồi xôi lá cẩm bưng ra Cổng Hai phi trường bán. Tại đây chị gặp những người dân chánh và lính tráng quen trở lại làm việc cho nhà cầm quyền mới ra vô tấp nập. Chị để ý miếng đất hình tam giác nhọn nhọn giống như cái mũi tàu giữa con đường Phan Đình Phùng và xa lộ Đại Hàn, bèn hỏi dò chủ nhơn rồi thương lượng mướn chỗ bán cà-phê, cái nghề chị từng làm hồi còn ở trong khu gia binh. Người ta kêu theo thứ của chị và tên của người chồng: quán cà-phê của bà Tư Hùng!

Nói là quán chớ thiệt ra chỉ là cái chỗ, phía trên che tấm bạt cột dây căng qua mấy cây bã đậu và trụ đèn; góc nào chẳng không được thì chỏi bằng cái cây gỗ. Sát đường là cái tủ thuốc lá và phía trong kê chừng năm bảy cái ghế đẩu thấp mà khách hàng ngồi giống như ngồi chồm hổm. Trong cùng là cái bếp lò dầu để pha cà-phê vợt cùng cái thau nhựa đựng ly tách. Nói thì thấy dài dòng chớ thiệt ra tất cả đồ nghề đều có tính cách dã chiến hết, tối đến dọn về nhà chớ không dám để lại thứ gì qua đêm trong cái xã hội mới có con người mới!

Dãy phố cho mướn của anh Dậu gồm ba căn đều nhau: căn đầu là của hai vợ chồng chị giáo dạy trường Trung học Ngô Quyền, chưa hay không có con; căn giữa của gia đình anh chị Hùng; và căn cuối cùng của bà Hai-ốm. Lúc nầy cũng là khi người em gái bà Hai từ miền Trung dắt ba đứa con nít chạy giặc về tị nạn. Căn phố bốn mươi thước vuông không thể dung chứa một lúc hai người lớn và năm đứa con nít nheo nhóc, giành ăn, và gây gổ suốt ngày được. Chắc đó cũng là lý do khiến bà Hai nói với chị Hùng:

"Cái tấm vách đằng trước muốn sụp xuống coi

chừng bữa nào nó đè chết mấy đứa con mầy."

"Chắc chưa sao đâu, bà Hai," chị Hùng coi thì nó mới nứt hơi hơi thôi.

Năm mười bữa nửa tháng sau bà Hai lại nhắc, "Tau thấy cái vách nó nứt thêm rồi."

Chị Hùng coi kỹ lại thấy thiệt nó nứt thêm. Chị nghĩ chắc do động đất hồi ngày Ba Mươi tháng Tư!

Chị Hùng biết bà Hai-ốm lấy luôn căn của chị cho người em gái ở sau khi chị dọn tới nhà bà Sáu-già.

Bà Sáu-già đúng như tên gọi là bà Sáu… già vì bà không thể già hơn được nữa! Người ta không biết bà bao nhiêu tuổi có con cái gì không nhưng thường ngày bà đi mò cua bắt óc ở cái đầm Quang Vinh gần đó bán lấy tiền mua gạo, phần nhiều là không đủ ăn. Tới một lúc bả kêu người cho mướn, vẫn ở chung, thì chị Hùng đồng ý liền vì nó nằm bên trái hẻm Bắc Hà, ra đường gần hơn nhà của anh Dậu. Bà nhường cái giường vạc tre trải tấm đệm lác cho chị và con cái ngủ, còn bà chỉ thủ cái võng mắc giữa hai cây cột nhìn lên trần nhà.

Từ đây cuộc đời chị và các con lên hương được *ở khách sạn ngàn sao!* Ban ngày chị bán cà-phê ngoài Mũi Tàu còn mấy đứa nhỏ lang thang đâu đó ngoài đường chị không biết. Những đêm trời trong nằm nhìn lên thấy cả ánh sao băng và nghe cây lá xạc xào trên mái tôn khi có cơn gió nhẹ. Sau trận mưa dột ngay cái giường ngủ chị phải nhờ chú Cọp chằm lá treo nghiêng nghiêng trên trần nhà cho nước mưa theo đó chảy xuống vách tránh cái giường. Chú Cọp sẵn sàng hy sanh không phải cho chị mà chú đang ve con Bảy em của chị Hùng.

Đối diện nhà bà Sáu-già lụp xụp dưới nầy qua con hẻm là nhà lầu của ông Chín Méo nơi ở trọ của anh Trung sĩ Hoan - là bạn của anh Thái, mà anh Thái là bạn của anh Hùng. Hai anh nầy chỉ đi học tại chỗ về chánh sách mới thì được *phát bằng tốt nghiệp* đi làm lại. Lúc đầu anh Hoan thỉnh thoảng đem gạo và nhu yếu phẩm ra bán cho chị Hùng. Sau khi biết anh Hùng đi *học tập* rồi thì anh Hoan cảm thông hoàn cảnh mẹ góa con côi mua giùm không lấy lời nữa. Một bữa *địa* xuống thấy chị Hùng đang quét sân cạnh cây táo, anh Hoan mặc áo ngắn tay còn xăn lên đặng thấy con chuột xuống ghé qua hỏi thăm:

"Anh Hùng đi bao lâu rồi, chị?"

"Cũng đã mấy tháng rồi. Chắc nay mai ảnh cũng về thôi."

"Tôi nghe mấy anh cán bộ trong ấy nói chả có ai đi một tháng mà đã được về đâu!"

"Vậy bao lâu thì mới về?"

"Cũng chẳng biết được."

Anh Hoan đứng dậy vói tay hái trái táo - xích gần thêm một chút - đưa cho chị Hùng, "Này, chị cầm lấy," rồi nói tiếp. "Ngoài Bắc hồi tiếp quản, người ta cũng bảo thế, mà hàng mấy năm vẫn chưa thấy ai về, chứ đâu phải dăm bữa mười ngày!"

Chị Hùng đưa tay đỡ lấy trái táo anh Hoan trao mà lòng xúc động, thèm muốn vóc dáng trẻ trung vai u thịt bắp sáu múi của anh Hoan. Chị chưa tới ba mươi tuổi còn rất xuân sắc lại vắng chồng lâu làm sao khỏi mơ tưởng tới hình bóng một nam nhơn. Đúng như mấy ông theo ve vãn chị luôn luôn nói những sĩ quan chế độ cũ của cả cái thành phố Biên Hòa nầy hưởng ứng lời kêu gọi đi học tập một tháng của nhà cầm quyền mới đến nay chẳng có ai về hết!

Không biết vô tình hay cố ý, anh Hoan buột miệng tiết lộ rằng thân nhân ngoài Bắc có người làm lớn trong các trại cải tạo:

"Họ tính mỗi móc cải tạo là ba năm. Ba năm mà chưa tốt thì lại thêm ba năm nữa, cứ thế mà nối tiếp thôi."

Chị Hùng ngó người ra, lẩm bẩm:

"Mỗi móc là ba năm!"

Anh Hoan gợi ý, giọng chừng như than thở:

"Tôi ở trên đó chỉ có một mình thôi."

"Vợ con anh đâu?"

"Nghe người ta nói, hôm Ba Mươi bà ấy dắt con chạy rồi. Có người bảo lên máy bay đi Mỹ, nhưng đến giờ bặt vô âm tín." Anh Hoan nói, giọng cố tình gợi lòng thương cảm.

"Chúc mừng anh."

"Chúc mừng hay chia buồn đây?"

"Chúc mừng vợ anh đi Mỹ, biết đâu mai mốt anh cũng qua bển gặp lại."

"Chưa chắc đâu, nhưng hiện giờ sống một mình cô đơn lắm, chị ạ!"

"Anh nói vậy tui hiểu rồi."

"Ngoài giờ làm việc, tôi ở trên gác nhà anh Sáu đấy. Có việc gì cần, chị cứ gọi tôi một tiếng," anh Hoan dặn dò.

Nghĩ chắc cũng có lúc phải nhờ vả, chị Hùng mỉm cười khẽ đưa đẩy:

"Dà, khi nào cần, tui sẽ nhờ anh giúp."

Nhà của bà Sáu-già ngoài cái mái tôn lủng lỗ nhìn thấy trăng sao mà vách tôn cũng xịch xạc. Những hôm mưa giông nghe gió rít mà rợn người. Mấy đứa nhỏ thì vô tư ngủ ngon nhưng chị trằn trọc nhớ chồng vì đã lâu rồi anh *học* chưa xong! Lẽ nào anh Hoan nói cán bộ phi trường kể là sự thật, "Một tháng mà bằng mấy năm sao?" Chán cái cảnh nhà dột cột xiêu thì may con Nhàn đẹp gái con bà Phồn đang phụ bán quán của chị Hùng nói má nó kêu cho ở đậu. Nghe nói ông chồng theo vợ bé từ hồi bà đẻ thằng em con Nhàn.

Đúng như tử vi nói cả hai anh chị có sao thiên di chiếu mạng nên không định cư chỗ nào lâu. Từ hồi chạy giặc tới giờ nếu tính kỹ thì gia đình anh chị dời nhà - anh Hùng từ trại Thanh Hóa về Suối Máu đi Hàm Tân rồi ra trại Trừng giới Xuân Phước; còn chị ít nhứt đã năm lần - mà không trụ chỗ nào quá một năm. Mặc dầu con Nhàn đẹp gái vui vẻ phụ bán quán cho chị nhưng thằng em nó lại hay ăn hiếp hai thằng con trai của chị Hùng; một trong những lý do chánh khiến chị không muốn ở cái nhà nầy nữa mà muốn cái nhà của bà Mười-bún.

Ở xứ nầy vào thời nầy cái nghề của bà Mười-bún chẳng khấm khá được - gạo không đủ ăn có đâu đem làm bún - ngày càng thâm vốn bà bèn tính chuyện về quê ở xã Mỹ Lệ - chợ Rạch Đào làm ruộng cho chắc ăn. Đây là căn nhà chị Hùng lần đầu tiên hài lòng từ ngày làm vợ lính từ dưới quê lên ở khu gia binh. Hợp đồng miệng xong, gia đình dọn vô ở khơi khơi chớ không làm giấy tờ gì hết bởi nhà cầm quyền mới vẫn còn mò mẫm và lu bu học tập lề thói làm việc và nền văn minh của miền Nam mới bị *giải phóng*.

Nhà nầy mái tôn và vách cũng tôn rộng bằng cái nhà bà Phồn, so ra chẳng hơn gì mấy nhưng chị Hùng được toàn quyền xử dụng. Bình thường thì không sao nhưng những đêm mưa thì có cảm giác như ngồi dưới gốc cây trong cơn mưa bão nghe gió thổi từng cơn, tiếng nói không ai nghe được nhưng may là không có nhiều đêm như vậy. Ngặt một điều là nó nằm dưới trũng sau nhà Y tá Long mà nước xài và nước tắm heo đều đùn xuống con mương nhỏ cạnh nhà trước khi chảy vô cái đầm Quang Vinh nên cả vùng hai ba căn phía dưới *nghe* thoang thoảng mùi heo.

Ở lâu mọi người đều thích nghi với môi trường *lành mạnh* của xã hội mới không có đường lựa chọn, đến đỗi mùi quần áo ai ở khu nầy đều khiến cho người ngoài tưởng lầm là họ làm việc trong trại chăn nuôi. Đặc biệt nhà nầy có vườn rộng cho mấy đứa nhỏ chơi đùa những lúc nghỉ ở nhà hay ngoài giờ học. Hồi đó bà Mười-bún có nguyên một vườn chuối thỉnh thoảng chặt một quày chín đem ra đường Phan Đình Phùng bán. Bây giờ thằng con lớn của chị Hùng coi quày nào hườm hườm là đem bỏ vào trong cái tủ nhà binh bằng sắt cũ để hưởng từ từ xen kẽ vô những bữa ăn hạn chế còn thèm thắc thỏm.

"Người lớn mình còn chịu được, chớ tội mấy đứa nhỏ," chị Hùng than. "Trước Bảy Lăm xuất cảng gạo mà sao bây giờ thiếu phải ăn bo bo?"

"Sau Bảy Lăm thì chở hết qua Liên Xô hay Trung Quốc gì đó," chị giáo góp lời.

"Dà! Nghe người ta nói trả nợ chiến tranh!" Chị Hùng nhớ ra.

Chị giáo như nói một mình:

"Thời đó miền Nam cũng chiến tranh mà có

thiếu đâu. Sách địa lý còn ghi rõ năm 1963 mình còn xuất cảng gạo Nàng Thơm Chợ Đào nữa kìa!"

Thường ngày chị Hùng cho tụi nhỏ ăn độn khi khoai lang khi khoai mì. Lúc đầu tụi nó còn khen bùi, chớ tới ngày thứ ba thì "ngán tới bản họng." Nghĩ cũng tội nên mỗi tháng hai lần chị cho chúng ăn cơm *nguyên chất*.

"Bữa đó tui cho ăn gạo trắng, mua một trăm gram thịt nạc về xắt nhỏ chừng bằng đầu ngón tay kho mặn. Vậy mà khi tui ở ngoài *tiệm,* con chị gí thằng em chạy ra tới ngoải đó méc."

"Méc vụ gì?" chị giáo ngạc nhiên.

"Nó phát mỗi chén cơm chỉ một miếng thịt thôi mà thằng nhỏ ăn hổng đủ nên gắp thêm. Con chị cản hổng được," chị thở dài. "Không ngờ có lúc phải như thế nầy. Nghĩ tới mà muốn khóc luôn!"

"Rán sống nuôi con đợi ảnh về," chị giáo an ủi. "Ai cũng có số hết, chị à."

"Số nào hổng lấy, lại lấy trúng cái số con rệp!"

Như chợt nhớ ra chuyện gì, chị giáo nói:

"Tui nghe nói bà Bảy-bán-xôi tính bán cái nhà ở đường rầy. Chỗ đó ra quán chị chỉ có mấy bước."

Bà Bảy-bán-xôi trên đường rầy nhà cặp vách nhà bà Bảy Núi không thích nghi được với cái xã hội mới nên cũng muốn bán nhà về quê trên xứ đạo Hòa Bình ở ngả ba Dầu Dây. Nếu không kẹt cái chuồng heo của Y tá Long thì chị cứ ở lì nhà nầy chớ chẳng ham chi cái nhà nhỏ bằng hai ngón tay chéo gần Cổng Hai. Con đường rầy mà còn hoạt động có khi xe lửa chạy ngang qua nó cuốn cái nhà gỗ tạp đi luôn. Cái nhà - nếu có thể gọi là nhà - đặc biệt hình thang đáy nhỏ chỉ bằng sải tay và đáy lớn đâu khoảng trên dưới ba thước.

Khi chị Hùng tới coi cái nhà nầy, chị giáo bàn vô:

"Bà mua căn nầy đi."

"*Cái nhà* nhỏ xíu, tui còn đang tính ở sao cho đủ."

"Còn tính toán chi nữa? Đầu teo đít to thì tốt chớ!"

"Tốt làm sao?" Chị Hùng thắc mắc.

"Ở nhà nầy bà sẽ làm ăn khấm khá, chớ đầu to đít teo thì từ nghèo tới mạt và từ chết tới bị thương," chị giáo cười. "Đã chồng đi cải tạo mà mình còn nghèo mạt nữa thì sống sao nổi!"

Chị Hùng nghĩ có lý chịu mua rồi chị sửa lại theo ý riêng. Lúc trước cái cửa ngó ra sát đường rầy thành ra chuyện ra vô khó khăn. Bây giờ chị xây tường hết lại gắn cửa sắt cho an toàn trong cái xã hội mới xã hội chủ nghĩa. Phòng khách chỉ đủ để hai cái ghế nhỏ và cái bàn thấp vuông vức năm tấc là chỗ ngủ của hai thằng con trai. Con em và một hai đứa con gái bán hàng dồn hết lên gác mà phía dưới là giường của chị, chị ngủ với hai đứa con gái. Cái bếp chút xíu xoay qua lại đụng nhau nên chỉ đủ cho một người thôi.

Tương tợ, cái khoảng trống phía trước rào kẽm gai vuông vức chừng một sải tay người lớn. Nếu lúc nào rảnh nhắc cái ghế ngồi nhìn sanh hoạt của con người mới xã hội chủ nghĩa ở Cổng Hai nầy cũng thấy vui vui nhưng hơi xốn con mắt một chút. Nói là nói vậy mà có bao giờ chị Hùng rảnh đâu vì suốt ngày nếu không ở quán cà-phê thì cũng đi *chạy hàng* ở đâu đó. Nói chung bây giờ trông nó ra vẻ cái nhà có vách riêng cặp vách nhà bà Bảy Núi và cửa sắt sơn màu *không quân* - cái màu xanh chị thích từ hồi lấy anh Hùng.

Cũng tại cái nhà ra vẻ *căn nhà* mà chồng bà chủ thì đi cải tạo lâu lắm chưa về nên đủ loại ong bướm bu tới ngày càng nhiều đến đỗi chị Hùng không biết lựa ai để tiếp. Ông thợ sửa nhà nắm rõ lý lịch biết chị vắng chồng năm sáu năm rồi biểu chị lấy ổng đi vì ổng cũng độc thân sau khi vợ ly dị.

"Ông Đại úy đi tới nay là sáu năm rồi, biết chừng nào mới dìa hả cô?"

"Ông xã tui viết thơ nói sắp về rồi!"

"Nói vậy chớ cũng chưa chắc," ông Tư Luôn nhếch mép gieo nghi ngờ. "Cô coi, mấy ông sĩ quan xóm mình đi từ hồi đó tới giờ, có ai dìa được đâu!"

Rồi ông Tư lại lựa lời dụ chị Hùng:

"Tụi nhỏ của tui lớn hết, ra riêng cả rồi, khỏi lo chi. Cô buôn bán, tui làm thợ mộc thợ hồ xây cất nhà cửa, nuôi bốn đứa con của cô cũng đàng hoàng được mà."

Chị Hùng nghĩ thầm chồng là phi công hổng lẽ bây giờ đi lấy thợ hồ, *Dầu hèn cũng thể, Dầu bể cũng còn kêu cọc cạch*. Chị im lặng một lúc rồi nói với ông Tư Luôn:

"Tui đã đợi năm sáu năm nay thì đợi thêm chút nữa cũng được."

Ông Tư Luôn bồi thêm, giọng nửa dỗ nửa nản:

"Tụi cán bộ nói mấy ổng bị đày đi *mút mùa lệ thủy* luôn chớ hổng có ngày dìa đâu!"

Chị Hùng né tránh, nói lảng đi mà cũng như dặn lòng:

"Chừng nào ảnh chết tui mới tính tới!"

Sửa xong cái nhà tính tiền rồi thì ông Tư Luôn hết lý do lui tới, coi như *bái-bai* chị Hùng không hẹn ngày tái ngộ để nhường chỗ cho đám khác. Ong bướm không phải một con mà cả một bầy hỗn tạp, không thuần chủng. Cải tạo có dính líu tới đàng trong hoặc có thân nhơn từ miền ngoài vô về trước có, cán bộ quản lý thị trường có, cán bộ thuế vụ có, cán bộ nhà đất có. Và có cả bộ đội làm lớn trong sân bay nữa - ông ta tự giới thiệu là thượng tá chủ nhiệm trung đoàn máy bay gì đó. Ông nầy có lợi thế hơn: người lái xã hội chủ nghĩa.

Ông thượng tá không quân nhân dân đã từng đi Liên xô học lái Mig nói:

"Nói cải tạo chứ thật sự là đi tù đó," ông nhìn chị Hùng gây hoang mang. "Cô tưởng một tháng nhể? Thế bây giờ là mấy năm rồi?"

Sau khi anh Hùng đi chừng một năm thì chị biết mình đã bị xí gạt. Hồi đó ủy ban quân quản nói đem theo đóng tiền ăn một tháng và một ngày đi với một ngày về, vậy mà năm sáu năm rồi chưa thấy nhúc nhích. Cán bộ dụ đi kinh tế mới cho chồng về sớm nên bà Thọ tình nguyện dắt con đi lâu nay có thấy Thiếu úy Thọ về đâu. Rồi tới chuyện đi làm thủy lợi lao động xã hội chủ nghĩa mỗi tháng hai ba ngày bỏ con cái ở nhà đứa lớn trông coi đứa nhỏ. Đó là chưa tính hai đợt đổi tiền và *đánh tư sản mại bản* thì người có của sạt nghiệp hết nên dân miền Nam không khỏi không nghĩ là cào mọi nhà giàu xuống cho bằng ngoài kia.

"Chồng cô Đại úy giặc lái, đi rồi thì chả có ngày về đâu. Đừng có dại mà chờ cho phí công," ông ta buộc tội chồng chị, đồng thời tự nâng mình lên. "Tôi là thượng tá, chủ nhiệm một trung đoàn máy bay phản lực MIG. Dưới quyền tôi biết bao phi công, bộ đội, cán bộ cấp cao."

"Tui là dân gốc ngụy đâu dám mơ tưởng tới sĩ quan quân đội nhân dân," chị Hùng nói, cố né cho qua chuyện.

"Tôi còn chẳng sợ, sao cô lại sợ?" Ông thượng tá

nhìn chị Hùng một cách thèm muốn, ánh mắt hau háu. "Đừng chờ chi mà phí tuổi xuân."

"Tui chỉ sợ lấy ông rồi mai mốt vợ ông từ ngoài Bắc vô đánh ghen làm sao tui đỡ nổi," chị Hùng cười nhìn ông.

"Tôi chưa có vợ."

"Sao lính ông nói ông đã *sở hữu một con vợ* rồi và con cái đùm đề ngoài Bắc!" chị Hùng giả vờ làm ra vẻ biết rõ.

"Bọn nó phịa đấy!" Ông ta gạt đi, giọng cộc.

Thỉnh thoảng ông thượng tá lại tạt ngang quán không thấy chị Hùng thì hỏi:

"Mẹ mày đâu?"

Lúc ba nó đi cải tạo nó mới mười tuổi non và thằng em kế mới bảy tuổi, hai đứa kia chỉ mới lên ba bốn không có phận sự gì. Bấy giờ ít nhứt đứa con gái lớn lên mười lăm mười sáu đã học trung học phổ thông Ngô Quyền. Nó hiểu chuyện, biết phải bảo vệ danh dự cho mẹ nó:

"Má cháu đi chợ hổng có ở nhà."

"Nói chiều nay tao ra, bảo mẹ mày ở nhà để tao gặp."

Biết chiều thế nào ông thượng tá cũng ra quán, chị Hùng tránh mặt không gặp. Chị cũng là con người chớ đâu phải thánh nữ. Mặc dầu có bốn đứa con nhưng chị chưa tới ba mươi, cái tuổi chín muồi của người phụ nữ. Hơn nữa chị còn xuân sắc mà vắng chồng bao nhiêu năm nhiều đêm cô đơn không khỏi nghĩ tới hạnh phúc gối chăn cho cá nhơn mình. Lằn ranh kẻ chiến thắng và người thua cuộc theo thời gian có thể xóa nhòa nhưng cái khó là gia quyến và lối xóm không ai ưa bộ đội Bắc kỳ. "Quân cướp nước," họ nói.

Hơn nữa hồi ông Tư Luôn ve mẹ nó không thấy đứa con gái can ngăn, có lẽ lúc ấy nó còn nhỏ chưa biết chuyện người lớn, nhưng tới ông người lái nầy thì nó kịch liệt phản đối. Nó nghĩ người lái xã hội chủ nghĩa gì mà ăn mặc luộm thuộm chẳng ra cái con gì chẳng bằng ba nó hồi đó đi bay nai nịt gọn gàng tay súng tay dao. Nó nghĩ cũng mắc cười, ba nó đánh giặc kiểu gì mà như đi chơi, một ổ bánh mì với một bịch trà đá, bước ra khỏi nhà là hát "phi công Việt Nam lướt trên ngàn mây gió ù u ú ú... Phi công ra đi cánh bay rợp trời..."

Ông thượng tá người lái của quân đội nhân dân hăm:

"Mẹ mày cứ tránh tao mãi, hôm nào tao cho bộ đội ra phá quán mày đấy!"

***

Lúc đầu người đi cải tạo còn mong ngày về: một tháng, ba tháng, rồi sáu tháng.... Sau một năm thì chẳng ai còn trông đợi ngày đoàn tụ với gia đình. Trại biến tất cả mọi người sống theo bản năng giống như người miền ngoài vĩ tuyến. Đi cải tạo từ Sài Gòn trở ra miệt ngoài mà chưa bỏ xác nơi rừng thiêng nước độc là may phước ông bà. Chưa có tổ chức nhơn quyền nào hay nhà báo nào dầu của khối xã hội chủ nghĩa ghé thăm trại cải tạo để biết *cải tạo viên* đói tới mức nào và chết đói chết bịnh bao nhiêu người.

Trong khi đó người ở lại chạy ăn từng bữa cho đàn con đang sức lớn; có người còn phải gánh vác gia đình cha mẹ chồng già yếu. Mặt khác, người ở lại còn phải chống chọi mọi cám dỗ cuộc đời trong một xã hội mà con người đối xử với nhau bằng *con* nhiều hơn phần *người*. Cũng như tất cả vợ người cải tạo, chị Hùng không là gỗ đá cũng không phải là thiên thần nếu không có chồng đôi khi những đêm quạnh vắng cũng cần một người đàn ông, nhưng chị phải đè nén mọi dục vọng và hy sanh tất cả mà chờ đợi người thương đi tù không án!

■ nsh_251105

MỤC LỤC

Nhân Ảnh
2025

Liên lạc tác giả
Ngô Sỹ Hân (Syhan Ngo)
2682 Roundtree Dr
Troy MI 48083
ngosyhan@gmail.com
ngosyhan2002@yahoo.com
facebook: han ngo
phone:
(248) 740-0669 h
(248) 558-0089 c

Liên lạc Nhà xuất bản
han.le3359@gmail.com
(408) 722-5626

www.ingramcontent.com/pod-product-compliance
Lightning Source LLC
LaVergne TN
LVHW040422051026
849517LV00002B/428
* 9 7 9 8 3 4 9 6 4 7 2 2 2 *